தீவீரு சீடுர்குளுர்க்குதுலு

சபை ஸ்தாபிக்கும் இயக்கங்களாக உருமாறும் வண்ணம்இ சிறு குழுக்களிலும்இ வீட்டு சபைகளிலும்இ குறுகிய கால அருட்பணி பயணங்களிலும் சீடர்களை உருவாக்குவதற்கு உதவும் பயிற்சி நூல்

பொருளடக்கம்

டுநுளுளுழுளே
வரவேற்பு 45
பெருக்கு 53
அன்புசெலுத்து 67
ஜெபி 79
கீழ்ப்படி 93
நட 109
போ 125
பகிர் 137
விதை 151
எடுத்துக்கொள 163

சுநுகுநுசுநுழேளு
மேலும் ஆய்வுக்கு 175
இணைப்பு அ 177
மேலும் ஆய்வுக்கு 179

1

வரவேற்பு

பயிற்சியாளரையும் பயிற்சி பெறுவோரையும் "வரவேற்பு" என்ற இப்பகுதி அறிமுகம் செய்து வைக்கிறது. இயேசுவின் எட்டு வகையான படங்களை பொருத்தமான கையசைவுகளுடன் கற்போருக்குக் பயிற்சியாளர் காண்பிப்பார் - இராணுவவீரர், தேடுகிறவர், மேய்ப்பர், விதைக்கிறவர், மகன், பரிசுத்தவான், பணியாள், உக்கிராணக்காரர். பார்த்தல், கேட்டல், செய்தல் ஆகிய அனைத்து வழிகளிலும் இத்திட்டம் கற்பிக்கிறது.

பரிசுத்த ஆவியானவர் நமது போதகர் என்று திருமறை கூறுகிறது. எனவே பரிசுத்த ஆவியானவரையே சார்ந்து கொண்டு இப்பயிற்சிப்பெற பயிற்சி பெறுவோரை உற்சாகப்படுத்த வேண்டும். இப்பயிற்சியின் முடிவில் ஒரு "தேநீர் கடை" திறக்கப்படும் - இயேசுவும் அவரது சீடரும் அனுபவித்ததுபோல ஒரு இறுக்கமில்லாத சூழ்நிலையை உருவாக்குவதற்காக.

துதி

ஆரம்பம்

பயிற்சியாளர்களை அறிமுகம் செய்தல்

பயிற்சி பெறுவோரை அறிமுகம் செய்தல்

இயேசுவை அறிமுகம் செய்தல்

இயேசுவைப்பற்றிய எட்டு படங்கள்

இராணுவவீரர்
வாளை உயர்திக் காண்பிப்பதுபோல் செய்யவும்

தேடுவோர்
கரங்களை கண்ணின்மேல் குவித்து இங்குமங்கும் தேடுவதைப்போல பார்க்கவும்

மேய்ப்பர்
மக்களைக் உங்களோடு கூட்டிச்சேர்ப்பதுபோல் செய்யவும்

விதைக்கிறவர்
கையில் விதைகளைத் தூவுதல்

குமாரன்
சாப்பிடுவது போன்ற பாவனை

பரிசுத்தர்
கைகளைக் குவித்து ஜெபிக்கும் பாணி

பணியாள்
சுத்தியலை அடித்தல் போல செய்யவும்

உக்கிராணக்காரன்
சட்டைப் பையிலிருந்து பணம் எடுப்பதுபோல செய்யவும்

சிறப்பாகக் கற்றுக்கொள்ளும் மூன்று முறைகள் யாவை?

கவனித்தல்
கைகளை உங்கள் காதின்பின் கேட்பதுபோல குவித்துக் காண்பியுங்கள்.

பார்த்தல்
ே கண்களைச் சுட்டிக் காட்டவும்

செய்தல்
கைகளால் உருண்டோடும் செய்கை காட்டவும்

முடிவு

டீக்கடை திறந்திருக்கிறது!

□லூக்கா 7:31-35□ பின்னும் கர்த்தர் சொன்னது இந்த சந்ததியை யாருக்கு ஒப்பிடுவேன். இவர்கள் யாருக்கு ஒப்பாயிருக்கிறார்கள்?

சந்தைவெளிகளில் உட்கார்ந்து ஒருவரையொருவர் பார்த்து உங்களுக்காக குழல் ஊதினோம். நீங்கள் கூத்தாடவில்லை உங்களுக்காகப் புலம்பினோம், நீங்கள்

அழவில்லை என்று குறைசொல்லுகிற பிள்ளைகளுக்கு ஒப்பாயிருக்கிறார்கள்.

எப்படியெனில் யோவான்ஸ்நானன் அப்பம்புசியாதவனும் திராட்சரசம் குடியாதவனுமாய் வந்தான்! ஆதற்கு நீங்கள் அவர் பிசாசு பிடித்திருக்கிறவர்கள் என்கிறீர்கள்.

மனுஷகுமாரன் போஜனபானம் பண்ணுகிறவராய் வந்தார் அதற்கு நீங்கள் இதோ, போஜனப்பிரியனும் மதுபானப்பிரியனுமான மனுஷன் ஆயக்காரருக்கம் மக்களுக்கும் சிநேகிதன் என்கிறீர்கள்.

2

பெருக்கு

இப்பகுதி இயேசுவை ஒரு உக்கிராணக்காரராக அறிமுகப்படுத்துகிறது. உக்கிராணக்காரர் தங்களது நேரத்திற்கும் பொருளுக்கும் நல்ல பலன் எதிர்பார்ப்பவர்கள். உண்மையாக நேர்மையாக வாழவிரும்புவார்கள். தேவன் மனிதனுக்குக் கொடுத்த முதல் பிரமாணம், இயேசுவின் இறுதிக்கட்டளை, 222 விதி, கலிலேயாக் கடலுக்கும் சாக்கடலுக்கும் உள்ள வேறுபாடு இவற்றை ஆராய்வதன்மூலம் பலன் கொடுத்தல்பற்றிய தெளிவான ஒரு தரிசனத்தைப் பெறுகிறார்கள்.

பயிற்சி கொடுப்பதற்கும் வெறுமனே போதிப்பதற்குள்ள வித்தியாசத்தைக் காண்பிக்க இறுதியில் ஒரு குறு நாடகம் உள்ளது. துதி, ஜெபம், வேதவாசிப்பு, பிறருக்கு ஊழியம் செய்தல் ஆகியவற்றில் மக்களைப்பயிற்றுவிக்க பயிற்சிபெறுபவர்கள் உற்சாகப்படுத்தப்படுகின்றனர். இவ்வாறு தங்களது காலம், தாலந்து, உண்மை ஆகியவற்றை முதலீடு செய்வதால், இயேசுவைப் பரலோகத்தில் சந்திக்கும்போது அவருக்கு ஓர் அழகிய பரிசினை அளிக்க இயலும்.

துதி

ஜெபம்

பாடம்

மறுஆய்வு

முந்தின பாடங்களை மறுஆய்வு செய்யவும்.

இயேசுவைப் பின்பற்ற உதவும் எட்டு வகையான படங்கள் யாவை?

நம்முடைய ஆவிக்குரிய வாழ்க்கை ஒரு பலூனைப் போன்றது

இயேசு எப்படிப்பட்டவர்?

□மத்தேயு 6:20,21□பரலோகத்தில் உங்களுக்குப் பொக்கிஷங்களைச் சேர்த்து வையுங்கள். அங்கே பூச்சியானது துருவாவது கெடுக்கிறதும் இல்லை அங்கே திருடர்களைவிட்டுத் திருடுகிறதுமில்லை. உங்கள் பொக்கிஷம் எங்கே இருக்கிறதோ அங்கே உங்கள் இருதயமும் இருக்கும்.

சட்டைப்பையிலிருந்தோ, பணப்பையிலிருந்து பணம் எடுப்பதுபோல் சைகை செய்யவும்.

ஓர் உக்கிராணக்காரன் செய்கிற மூன்று காரியங்கள் யாவை?

□மத்தேயு 25:4-28□அன்றியும், பரலோக ராஜ்யம் புறத்தேசத்துக்குப் பிரயாணமாய்ப் போகிற ஒரு மனுஷன், தன் ஊழியக்காரரை அழைத்து, தன் ஆஸ்திகளை அவர்கள் கையில் ஒப்புக்கொடுத்ததுபோல் இருக்கிறது.

அவனவனுடைய திறமைக்குத்தக்கதாக, ஒருவனிடத்தில் ஐந்து தாலந்தும், ஒருவனிடத்தில் இரண்டு தாலந்தும், ஒருவனிடத்தில் ஒரு தாலந்துமாகக் கொடுத்து உடனே பிரயாணப்பட்டுப் போனான்.

ஐந்து தாலந்தை வாங்கினவன் போய் அவைகளைக் கொண்டு வியாபாரம்பண்ணி வேறு ஐந்து தாலந்தைச் சம்பாதித்தான்.

அப்படியே இரண்டு தாலந்தை வாங்கினவனும் வேறு இரண்டு தாலந்தைச் சம்பாதித்தான்.

ஒரு தாலந்தை வாங்கினவவோ, போய் நிலத்தைத் தோண்டி, தன் எஜமானுடைய பணத்தைப் புதைத்து வைத்தான்.

வெகுகாலமான பின்பு அந்த ஊழயக்காரருடைய எஜமான் திரும்பிவந்து, அவர்களிடத்தில் கணக்குக் கேட்டான்.

அப்பொழுது ஐந்து தாலந்தை வாங்கினவன் வந்து, வேறு நைந்து தாலந்தைக் கொண்டு வந்து, ஆண்டவனே. ஐந்து தாலந்தை என்னிடத்தில் ஒப்புவித்தீரே. அவை-களைக் கொண்டு இதோ, வேறு ஐந்து தாலந்துகளைச் சம்பாதித்தேன் என்றான்.

அவனுடைய எஜமான் அவனை நோக்கி : நல்லது, உத்தமமும் உண்மையுமுள்ள ஊழியக்காரனே, கொஞ்சத்திலே உண்மையாயிருந்தாய், அநேகத்தின் மேல் உன்னை அதிகாரியாக வைப்பேன், உன் எஜமானனுடைய சந்தோஷத்திற்குள் பிரவேசி என்றான்.

இரண்டு தாலந்தை வாங்கினவனும் வந்து ஆண்டவனே. இரண்டு தாலந்தை என்னிடத்தில் ஒப்புவித்தீரே அவை-களைக் கொண்டு இதோ வேறு இரண்டு தாலந்தைச் சம்பாதித்தேன் என்றான்.

அவனுடைய எஜமான் அவனை நோக்கி : நல்லது உத்தமமும் உண்மையுமுள்ள ஊழியக்காரனே, கொஞ்சத்தில் உண்மையாயிருந்தாய் அநேகத்தின் மேல் உன்னை அதிகாரியாக வைப்பேன் உன் எஜமானுடைய சந்தோஷத்திற்குள் பிரவேசி என்றான்.

ஒரு தாலந்தை வாங்கினவன் வந்து, ஆண்டவனே, நீர் விதைக்காத இடத்தில் அறுக்கிறவரும், தெளிக்காத இடத்தில் சேர்க்கிறவருமான கடினமுள்ள மனுஷன் என்று அறிவேன்.

ஆகையால் நான் பயந்து, உமது தாலந்தை நிலத்தில் புதைத்து வைத்தேன். இதோ, உம்முடையதை வாங்கிக் கொள்ளும் என்றேன்.

அவனுடைய எஜமான் பிரதியுத்திரமாக : பொல்லாதவனும் சோம்பேறியுமான ஊழியக்காரனே, நான் விதைக்காத இடத்தில் அறுக்கிறவர் என்றும். தெளிக்காத இடத்தில் சேர்க்கிறவருமென்றும் அறிந்திருந்தாயே.

அப்படியானால், நீ என் பணத்தைக் காசுக்காரர் வசத்தில் போட்டு வைக்கக் வேண்டியதாயிருந்தது, அப்பொழுது நான் வந்து என் பணத்தை வட்டியோடே வாங்கிக் கொள்வேனே என்று சொல்வார்.

ஆவனிடத்திலிருக்கிற தாலந்தை எடுத்து, பத்து தாலந்துள்ளவனுக்குக் கொடுங்கள்.

1. _____

2. _____

3. _____

கடவுள் மனிதனுக்குக் கொடுத்த முதல் கட்டளை என்ன?

☐ஆதி.1:28☐ பின்பு தேவன் அவர்களை நோக்கி: நீங்கள் உலகில் பெருகி, பூமியை நிரப்பி, அதைக் கீழ்ப்படுத்தி, சமுத்திரத்தின் மச்சங்களையும் ஆகாயத்துப் பறவைகளையும், பூமியின்மேல் நடமாடுகிற சகல ஜீவஜந்துக்களையும் ஆண்டு கொள்ளுங்கள் என்று சொல்லி தேவன் அவர்களை ஆசீர்வதித்தார்.

_____

இயேசு மனிதனுக்குக் கொடுத்த இறுதிக்கட்டளை யாது?

□மாற்கு 16:15□பின்பு அவர் அவர்களை நோக்கி : நீங்கள் உலகமெங்கும் போய் சர்வ சிருஷ்ழக்கும் சுவிசேஷத்தைப் பிரசங்கியுங்கள்.

நான் பயனளிப்பவனாகவும் பெருக்குபவனாகவும் எங்ஙனம் இருப்பது?

□2 தீமோத்தேயு 2:2□அநேக சாட்சிகளுக்கு முன்பாக நீ என்னிடத்தில் கேட்டவைகளை மற்றவர்களுக்குப் போதிக்கத்தக்க உண்மையஜள்ள மனுஷர்களிடத்தில் ஒப்புவி.

கலிலேயாக்கடல்/சாக்கடல

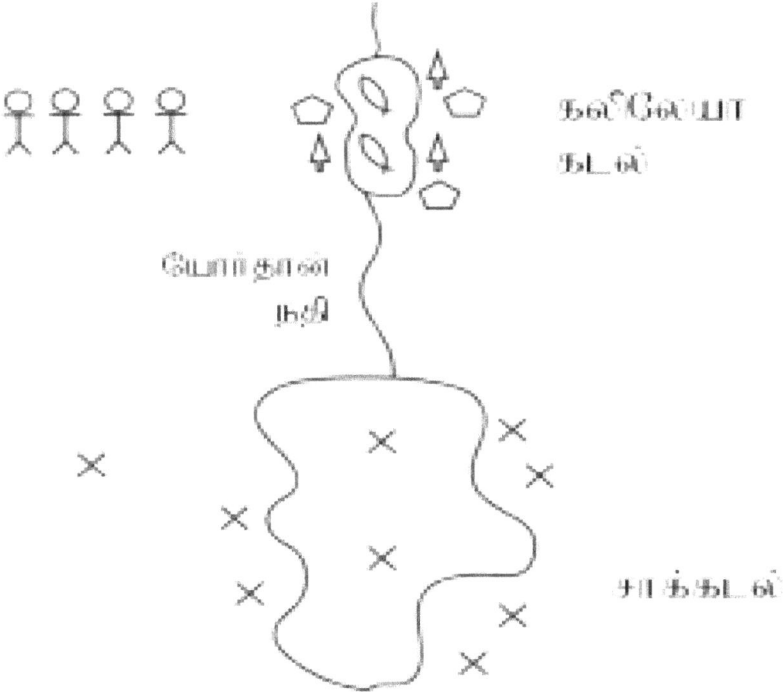

கலிலேயா
கடல்
யோர்தான்
நதி
சாக்கடல்

மனப்பாட வசனம்

□யோவான் 15:8□நீங்கள் மிகுந்த கனிகளைக் கொடுப்பதினால் என் பிதா மகிமைப்படுவார் எனக்கு சீஷ ராயிருப்பீர்கள்.

செயற்பயிற்சி

"இருவரில் வயது குறைந்தவர் தலைவராவார்."

முடிவு

இயேசுவுக்கு ஒரு பரிசு ➤

🖐️துதி
கைகளை உயர்த்தி துதிக்கவும்.

🖐️ஜெபம்
ஜெபம் செய்வதுபோல கைகளை கூப்பவும்.

🖐️வேத வாசிப்பு
உள்ளங்கைகளை உயர்த்தி தேவம் வாசிக்கும் செய்கையைக் காட்டவும்.

🖐️பிறருக்கு இயேசுவை பற்றிக் கூறுதல்.
விதை தெளிப்பது போன்ற செய்கை செய்யவும்.

3

அன்புசெலுத்து

அன்புசெலுத்து பகுதி இயேசுவை ஒரு மேய்ப்பனாக அறிமுகம் செய்கிறது. மேய்ப்பர்கள் தங்கள் மந்தையை வழி நடத்தி, பாதுகாத்து, உணவு கொடுக்கிறார். தேவ வசனத்தைக் கற்பிக்கும்போது நாம் மக்களைப் போஷிக்கிறோம். ஆனால் தேவனைப் பற்றி மக்களுக்குக் கற்றுக் கொடுக்ம் முதல் காரியம் என்ன? பயிற்சிபெறுபவர்கள் அதிமுக்கிய கட்டளையைக் கற்கிறார்கள், அன்பின் உற்பத்தி இடம் யார் என அறிகிறார்கள், அனபில் அவர்கள் எவ்வாறு ஆராதிக்கலாம் என்று கற்றுக் கொள்கிறார்கள்.

எளிய சீடர் குழுவை, பின்வரும் நான்கு முக்கிய காரியங்களைக் கொண்டு நடத்திச் செல்ல செயற்பயிற்சி செய்கிறார்கள்: துதி (முழு இருதயத்தோடு தேவனை நேசித்தல்), ஜெபம் (முழு ஆத்துமாவோடு நேசித்தல்), வேதவாசிப்பு (முழு பலத்தோடு நேசித்தல்), மற்றும் ஒரு திறமையை வளர்த்தல் (முழு பெலத்தோடு நேசித்தல்). □ஆடுகளும் புலிகளும என்கிற இறுதி நாடகம் விசுவாசிகளில் அநேக சீடர் குழுக்களின் அவசியத்தை எடுத்துக் காட்டுகிறது.

துதி

ஜெபம்

1. நமக்குத் தெரிந்த இரட்சிக்கப்பட வேண்டியவர்களுக்காக எவ்வாறு ஜெபிக்கலாம்?

2. நீங்கள் பயிற்சியளிக்கும் குழுவுக்காக எவ்வாறு ஜெபிக்கலாம்?

பாடம்

மறுஆய்வு

இயேசுவைப் பின்பற்ற உதவும் எட்டு வகையான படங்கள் யாவை?

பெருக்கு

ஓர் உக்கிராணக்காரன் செய்யும் மூன்று காரியங்கள் எவை?

மனிதனுக்கு தேவனின் முதல் கட்டளை யாது?

இயேசு மனிதனுக்குக் கொடுத்த இறுதிக் கட்டளையாது?

நான் அதிகம் கனிதந்து பெருக முடியுமா?

இஸ்ரேல் நாட்டிலுள்ள இரண்டு கடல்கள் யாவை?

ஏன் அவை மாறுபடுகின்றன?

நீ எதைப்போல் இருக்க விரும்புகிறாய்?

இயேசு எப்படிப்பட்டவர்?

✋மேய்ப்பர்

மக்களை உங்களோடு கூட்டிச் சேர்ப்பதுபோல் செய்கை செய்யவும்.

மேய்ப்பன் செய்யும் மூன்று காரியங்கள் (செயல்கள்) யாவை?

☐சங்கீதம் 23 : 1-6☐கர்த்தர் என் மேய்ப்பராயிருக்கிறார், நான் தாழ்ச்சியடையேன். அவர் என்னைப் புல்லுள்ள இடங்களில் மேய்த்து, அமர்ந்த தண்ணீர்கள் கண்டையாய் என்னைக் கொண்டுமோய் விடுகிறார். அவர் என்

ஆத்துமாவைத் தேற்றி, தம்முடைய நாமத்தினிமித்தம் என்னை நீதியின் பாதைகளில் நடத்துகிறார். நான் மரண இருளின் பள்ளத்தாக்கிலே நடந்தாலும் பொல்லாப்புக்கு பயப்படேன்; தேவரீர் என்னோடே கூட இருக்கிறீர், உமது கோலும் உமது தடியும் என்னைத் தேற்றும். என் சத்துருக்களுக்கு முன்பாக நீர் எனக்கு ஒரு பந்தியை ஆயத்தம்பண்ணி, என் தலையை எண்ணெயால் அபிஷேகம் பண்ணுகிறீர்; என் பாத்திரம் நிரம்பி வழிகிறது. என் ஜீவனுள்ள நாளெல்லாம் நன்மையும் கிருபையும் என்னைத் தொடரும்; நான் கர்த்தருடைய வீட்டிலே நீடித்த நாட்களாய் நிலைத்திருப்பேன்.

1. ____

2. ____

3. ____

நாம் பிறருக்கு கற்றக் கொடுக்க வேண்டிய முக்கிய கட்டளையாது?

□மாற்கு 12:28-31□வேதபாரகரில் ஒருவன் அவர்கள் தர்க்கப்பண்ணுகிறதைக் கேட்டு அவர்களுக்கு நன்றதாய் உத்தரவு சொன்ன ரென்று அறிந்து, அவரிடத்தில் வந்து கற்பனைகளிலெல்லாம் பிரதான கற்களனது என்று கேட்டான்.

இயேசு அவனுக்குல் பிரதியுத்தரமாக:
கற்பனைகளிலெல்லாம் பிரதான கற்பனை எது வென்றால் இஸ்ரவேலேகேன், நம்முடைய தேவனாகிய கர்த்தர் ஒருவரே கர்த்தர் உன் தேவனாகிய கர்த்தரிடத்தில் உன் முழு இருதயத்தோடும், உன் முழு ஆத்துமாவோடும், உன் முழுமனதோடும், உன் முழுப்பலத்தோடும், அன்பு கூடடுவயாக என்பதே பிரதான கற்பனை.

இதற்கு ஒப்பாயிருக்கிற இரண்டாம் கற்பனை

என்னவென்றால் உன்னிடத்தில் நீ அன்பு கூடுவது போல் பிறனிடத்திலும் அன்பு கூடுவியாக என்பதே: இவைகளிலும் பெரிய கற்பனை வேறு ஒன்றுமில்லை என்றார்.

1. ____________________________________

இரண்டு கைகளையும் கடவுளை நோக்கி ஏறெடு

2. ____________________________________

மற்றவர்களுடைய கைகளை பிரித்துக்காட்டு

அன்பு எங்கிருந்து வருகிறது?

1 யோவான் 4:7,8 பிரியமானவர்களே, ஒருவரிலொருவர் அன்பியிருக்கக்கடவோம் ஏனெனில் அன்பு தெவனால் உண்டாயிருக்கிறது: அன்புள்ள வெறும் தேவனால் பிறந்து, அவரை அறிந்திருக்கிறார். அன்பில்லாதவன் தேவனை அறியான்: தேவன் அன்பாகவே இருக்கிறார் அன்பு தேவனிடத்திலிருந்து வருகிறது.

____

அன்பை பெறுவது போல உங்கள் கரங்களை மேல் நோக்கி உயர்த்துங்கள், பின் அன்பை தேவனுக்குக் கொடுப்பது போல செய்யவும்

உங்கள் கரங்களை மேலே உயர்த்துங்கள் அன்பைப் பெறுவதுபோல பிறகு கரங்களை விரித்துக் காட்டுங்கள் பிறருக்கு அளிப்பதுபோல.

எளிய ஆராதனை என்றால் என்ன?

துதி
கரங்களை மேலே உயர்த்தி தேவனைத் துதியுங்கள்

ஜெபம்

கைகளை பாணியில் குவித்துக் காட்டுங்கள்

படித்தல்

உள்ளங்கைகளை புத்தகம் வாசிப்பதுபோல உயர்த்திக் காட்டுங்கள்

பயிற்சி

விதை துவுகிறது போல் கரங்களை அசைத்துக் காட்டுங்கள்

எளிய ஆராதனை ஏன்?

□மாற்கு 12:30□ உன் தேவனாகிய கர்த்தரிடத்தில் உன் முழு இருதயத்தோடும், உன் முழு ஆத்துமாவோடும், உன் முழு மனதோடும், உன் முழு பெலத்தோடும் அன்பு காட்டுவியாக.

நாம்...	எனவே...	கைச்செய்கைகள்
தேவனை நமது முழுஇருதயத்தோடு நேசிக்கிறோம்	துதிக்கிறோம்	கையை இருதயத்தின் மேல் வைத்து பின்னர் கைகளை மேலே உயர்த்தி தேவனைத் துதிக்கவும்
தேவனை நமது முழு ஆன்மாவோடு நேசிக்கிறோம்	ஜெபிக்கிறோம்	கைகளை பக்கவாட்டில் உறுதியாகப் பற்றி, பின் ஜெபிக்கும் சைகைகாட்டவும்
தேவனை நமது முழுமனதோடு நேசிசக்கிறோம்	வேத்தைப் படிக்கிறோம்	தலையின் வலது புரம் கையை வைக்கவும் பிறகு உள்ளங்கைகளை உயர்த்திக்காட்டவும்(புத்தகம் படித்தல போல)
தேவனை நமது முழு பெலத்தோடு நேசிக்கிறோம்	படித்தவற்றைப் பகிர்ந்துகொள்கி றோம் (பயிறி)	புஜங்களை (முன்கை) துசைகளை வளைத்துகாட்டவும் பிறகு விதைகளைத்துவுகிற செய்கை செய்யவும்

எளிய ஆராதனை முறைக்கு எத்தனை பேர் வேண்டும்?

மத்தேயு 18:20 ஏனெனில், இரண்டு பேராவது மூன்று பேராவது என் நாமத்தினையே எங்கே கூடியிருக்கிறார்களோ, அங்கே அவர்கள் நடுவிலே இருக்கிறேன் என்றார்.

மனை வசனம்

யோவான் 13:34,35 நீங்கள் ஒருவரிலொருவர் அன்பாயிருங்கள். நான் உங்களில் அன்பாயிருந்ததுபோல நீங்களும் ஒருவரிஒருவர் அன்பாயிருங்கள் என்சிற புதிதான கட்டளையை உங்களுக்குக் கொடுக்கிறேன். நீங்கள் ஒருவரிலொருவர் அன்புள்ளவர்களாயிருந்தால், அதினால் நீங்கள் என்னுடைய சீஷர்களென்று எல்லோரும் அறிந்து கொள்வார்கள் என்றார்.

பயிற்சி

"வயதில் பெரியவர் தலைவராயிருக்கவும்."

முடிவு

எளிய ஆராதனை

1. தேவனைப் பற்றி இந்தக் கதை கூறுவது என்ன?

2. மனிதரைப்பற்றி என்ன கூறுகிறது.

3. இயேசுவைப் பின்பற்ற இக்கதை எனக்கு எவ்வாறு உதவு-கிறது.

சீடர் குழுவை ஆரம்பிக்கவேண்டிய அவசியம் என்ன?

ஆடுகளும் புலிகளும ➛

4

ஜெபி

ஜெபித்தல், இயேசுவைப் பரிசுத்தராக அறிமுகம் செய்கிறது. அவர் பரிசுத்தராய் வாழ்ந்து, நமக்காக சிலுவையில் மரித்தார். நாம் இயேசுவைப்பின்பற்றுவதால் நாமும் பரிசுத்தராய் வாழ தேவன் கட்டளையிடுகிறார். ஒரு பரிசுத்தவான் தேவனைத் தொழுகிறார். பரிசுத்த ஜீவியம் செய்கிறார். மற்றவர்களுக்காக ஜெபிக்கிறார். இயேசுவின் ஜெப மாதிரியைப் பின்பற்றி நாமும் தேவனைத் துதிக்கிறோம், நமது பாவங்களுக்காக மனஸ்தாபப்படுகிறோம், நமது தேவைகளுக்காய் அவரிடத்தில் வேணடுகிறோம், அவர் கட்டளையிடுகிறவைகளுக்கு இணங்குகிறோம்.

தேவன் நமது ஜெபத்திற்கு நான்கு விதங்களில் பதிலளிக்கிறார். இல்லை (நமது நோக்கம் தவறாயிருந்தால்), இப்போது அல்ல (நாம் கேட்கிற நேரம் சரியில்லை), நீ இன்னும் வளரவேண்டும் (தேவன் பதிலளிக்கும்படி நாம் வளரவேண்டியது அவசியம்) அல்லது ஆம் (நமது ஜெபம் ஆண்டவரது சித்தத்திற்கும், அவா வார்ததைக்கும் ஏற்றவாறு இருக்கும்போது). ஆண்டவரது தொலைபேசி எண்ணைக் பயிற்சிபெறுபவர்கள் கற்றுக்கொள்ளவேண்டும்: 3-3-3 (எரேமியா 33:3). எப்போதும் அவரை நோக்கிக் கூப்பிட உற்சாகப்படுத்தப்படுகிறோம்.

துதி

ஜெபம்

1. நமக்குத் தெரிந்த இரட்சிக்கப்பட வேண்டியவர்களுக்காக எவ்வாறு ஜெபிக்கலாம்?

2. நீங்கள் பயிற்சியளிக்கும் குழுவுக்காக எவ்வாறு ஜெபிக்கலாம்?

பாடம்

தொலைபேசி விளையாட்டு ➤

மறுஆய்வு

இயேசுவைப் பின்பற்ற உதவும் எட்டு வகையான படங்கள் யாவை?

பெருக்குதல்

ஓர் உக்கிராணக்காரனின் மூன்று செயல்கள் யாவை?

மனிதனுக்குத் தேவன் கொடுத்த முதல் கட்டளை யாது?

யேசுவின் இறுதிக்கட்டளை யாது?

நாம் எவ்வாறு கனிதந்து, பலுகமுடியும்.

இஸ்ரேல் நாட்டிலுள்ள இரண்டு கடல்கள் எவை?

ஏன் அவை அவ்வளவாய் மாறுபட்டடுள்ளன?

நீ எதைப் போலிருக்க விரும்புகிறாய்?

அன்பு செலுத்து

ஒரு மேய்ப்பனின் மூன்று செயல்கள் யாவை?

பிறருக்குக்கற்றுக் கொடுக்கவேண்டிய முக்கிய கட்டளை யாது?

அன்பு எங்கிருந்து தோன்றுகிறது?

எளிய ஆராதனை என்றால் என்ன?

நாம் ஏன் எளிய ஆராதனை செய்யவேண்டும்?

எளிய ஆராதனைக்கு எத்தனை பேர் வேண்டும்?

இயேசு எப்படிப்பட்டவர்?

லூாக்கா 4:33-35ஜெப ஆலயத்திலே அசுத்த ஆவி பிடித்திருந்த ஒரு மனுஷன் இருந்தான். அவன் ஐயோ! நசரேயனாகிய இயேசுவே, எங்களுக்கும் உமக்கும் என்ன? எங்களைக் கெடுக்கவா வந்தீர்? உம்மை இன்னர் என்று அறிவேன். நீர் தேவனுடைய பரிசுத்தர் என்று உரத்த சத்தமிட்டான்.

அதற்கு இயேசு : நீ பேசாமல் இவனை விட்டுப் புறப்பட்டுப்போ என்று அதை அதட்டினார் அப்பொழுது பிசாசு அவனை ஜனங்களில் நடுவே விழத்தள்ளி, அவன்கது ஒரு சேதமும் செய்யாமல் அவனை விட்டுப்போய்விட்டது.

கைகளை ஜெபிக்கும் பாணியில் காட்டவும்.

பரிசுத்தவான் செய்யும் மூன்று செயல்கள் யாவை?

மத்தேயு 21:12-16இயேசு தேவாலயத்தில் பிரவேசித்து, ஆலயத்திலே விற்கிறவர்களும் கொள்ளுகிறவர்களுமாகிய எல்லாரையும் வெளியே துரத்தி, காசுக்காரருடைய பிசாசு-களையும், புறா விற்கிறவர்களின் ஆசனங்களையும் கவிழ்த்து,

என்னுடைய வீடு ஜெபவீடு என்னப்படும் என்று எழுதியிருக்கிறது. நீங்களோ அதைக் கள்ளர் குகையாக்கினீர்கள் என்றார்.

அப்பொழுது, குருடரும் சப்பாணிகளும் தேவாலயத்திலே அவரிடத்திற்கு வந்தார்கள், அவர்களைச் சொஸ்தமாக்கினார்.

அவர் செய்த அதிசயங்களையும், தாவீதின் குமாரனுக்கு
ஓசன்னா! என்று தேவாலயத்திலே ஆர்ப்பரிக்கிற
பிள்ளைகளையும், பிரதான ஆசாரியரும் வேதபாரகரும்
கண்டு, கோபமடைந்து, அவரை நோக்கி: இவர்கள்
சொல்லுகிறதைக் கேட்கிறீரே என்றார்கள். அதற்கு இயேசு:
ஆம், கேட்கிறேன். குழந்தைகளுடைய வாயினாலும்
பாலருடைய வாயினாலும் துதி உண்டாக்கும்படி செய்தீர்
என்பதை நீங்கள் ஒருக்காலும் வாசிக்கவில்லையா என்றார்.

1. _____

2. _____

3. _____

எவ்வாறு ஜெபிக்க வேண்டும்?

□லூக்கா 10:21□அந்த வேளையில் இயேசு ஆவியி-
லே களிகூர்ந்து: பிதாவே! வானத்துக்கும் பூமிக்கும்
ஆண்டவரே! இவைகளை நீர் ஞானிகளுக்கும்
கல்விமான்களுக்கும் மறைத்து, பாலகருக்கு
வெளிப்படுத்தினபடியால் உம்மை ஸ்தோத்திரிக்கிறேன்
ஆம், பிதாவே! இப்படிச் செய்வது உம்முடைய
திருவுளத்துக்குப் பிரிய மாயிருந்தது.

1. _____

🖐ஆராதனையில் கரங்களை உயர்த்தவும்.

□லூக்கா 18:10-14□இரண்டு மனுஷர் ஜெபம்பண்ணும்படி
தேவாலயத்துக்குப் போனார்கள் ஒருவன் பரிசேயன்
மற்றவன் ஆயக்காரன். பரிசேயன் நின்று: தேவனே! நான்
பறிகாரர், அநியாயக்காரர், விபசாரக்காரர் ஆகிய மற்ற
மனுஷரைப்போலவும், இந்த ஆயக்காரனைப்போலவும்
இராததனால் உம்மை ஸ்தோத்திரிக்கிறேன்.

வாரத்தில் இரண்டுதரம் உபசரிக்கிறேன் என்

சம்பாத்தியத்திலெல்லாம் தசமபாகம் செலுத்தி வருகிறேன் என்று, தனக்குள்ளே ஜெபம்பண்ணினான்.

ஆயக்காரன் தூரத்திலே நின்று, தன் கண்களையும் வானத்துக்கு ஏறெடுக்கத் துணியாமல், தன் மார்பிலே அடித்துக்கொண்டு: தேவனே! பாவியாகிய என்மேல் கிருபையாயிரும் என்றான்.

அவனல்ல, இவனே நீதிமானாக்கப்பட்டவனாய்த் தன் வீட்டுக்குத் திரும்பிப் போனான் என்று உங்களுக்குச் சொல்லுகிறேன் ஏனெனில் தன்னை உயர்த்துகிறவனெவனும் தாழ்த்தப்படுவான், தன்னைத் தாழ்த்துகிறவன் உயர்த்தப்படுவான் என்றார்.

2. ______________________________

உள்ளங்கைகளை வெளிப்புறமாகத் திருப்பி முகத்தை மூடிக்கொண்டு, தலையை மறுபுறம் திருப்பவும்

□லூக்கா 11:9□ மேலும் நான் உங்களுக்குச் சொல்லுகிறதாவது: கேளுங்கள், அப்பொழுது உங்களுக்குக் கொடுக்கப்படும் தேடுங்கள், அப்பொழுது கண்டடைவீர்கள் தட்டுங்கள், அப்பொழுது உங்களுக்குத் திறக்கப்படும்.

3. ______________________________

பெறுவதைப்போல் கைகளைக் குவித்துக்கொள்ளவும்

□லூக்கா 22:42□ பிதாவே, உமக்குச்சித்தமானால் இந்தப் பாத்திரம் என்னை விட்டு நீங்கும்பழ செய்யும், ஆயினும் என் சித்தத்தின்படியல்ல உமது சித்தத்தின்படியே ஆகக்கடவது.

4. ______________________________

☝ஜெபபாணியில் கைகளைக் குவித்து, மரியாதையைக் காட்டும் விதமாய் நெற்றியின் மேல் வைத்தல்.

ஒருமித்து ஜெபித்தல்

தேவன் நமக்கு எவ்வாறு பதிலளிக்கிறார்?

□மத்தேயு 20:20-22 □ அப்பொழுது, செபெதேயுவின் குமாரருடைய தாய் தன் குமாரரோடுகூட அவரிடத்தில் வந்து, அவரைப் பணிந்துகொண்டு: உம்மிடத்தில் ஒரு விண்ணப்பம் பண்ணவேண்டும் என்றாள்.

அவர் அவளை நோக்கி: உனக்கு என்ன வேண்டும் என்று கேட்டார். அதற்கு அவள்: உம்முடைய ராஜ்யத்திலே என் குமாரராகிய இவ்விரண்டுபேரில் ஒருவன் உமது வலது பாரிசத்திலும், ஒருவன் உமது இடது பாரிசத்திலும் உட்கார்ந்திருக்கும்படி அருள்செய்யவேண்டும் என்றாள்.

இயேசு பிரதியுத்தரமாக: நீங்கள் கேட்டுக் கொள்ளுகிறது இன்னது என்று உங்களுக்குத் தெரிய வில்லை. நான் குடிக்கும் பாத்திரத்தில் நீங்கள் குடிக்கவும், நான் பெறும் ஸ்நானத்தை நீங்கள் பெறவும் உங்களால் கூடுமா என்றார். அதற்கு அவர்கள் கூடும் என்றார்கள்.

1. ____

☝ இல்லை என்னும் பொருள்பட தலை சாய ஆட்டவும்.

□யோவன் 11:11-15□ இவைகளை அவர் சொல்லியபின்பு அவர்களை நோக்கி: நம்முடைய சிநேகிதனாகிய லாசரு நித்திரையடைந்திருக்கிறான், நான் அவனை எழுப்பப்போகிறேன் என்றார். அதற்கு அவருடைய சீஷர்கள்: ஆண்டவரே, நித்திரையடைந்திருந்தால் சுகமடைவான் என்றார்கள்.

இயேசுவானவர் அவனுடைய மரணத்தைக்குறித்து

அப்படிச் சொன்னார் அவர்களோ நித்திரைசெய்து இளைப்பாறுகிறதைக்குறித்துச் சொன்னாரென்று நினைத்தார்கள். அப்பொழுது இயேசு அவர்களை நோக்கி: லாசரு மரித்துப்போனான் என்று வெளிப்படையாய்ச் சொல்லி: நான் அங்கே இராததினால் நீங்கள் விசுவாசமுள்ளவர்களாகிறதற்கு ஏதுவுண்டென்று உங்கள்நிமித்தம் சந்தோஷப்படுகிறேன் இப்பொழுது அவனிடத்திற்குப் போவோம் வாருங்கள் என்றார்.

2. _____

✋வாகனத்தின் வேகத்தைக்குறைப்பது போன்ற செய்கை

☐லூக்கா 9:51-56 ☐ பின்பு, அவர் எடுத்துக்கொள்ளப்படும் நாட்கள் சமீபித்தபோது, அவர் எருசலேமுக்குப் போ- கத் தமது முகத்தைத் திருப்பி, தமக்கு முன்னாகத் தூ தர்களை அனுப்பினார். அவர்கள் போய், அவருக்கு இடத்தை ஆயத்தம்பண்ணும்படி சமாரியருடைய ஒரு கிராமத்திலே பிரவேசித்தார்கள். அவர் எருசலேமுக்குப் போக நோக்கமாயிருந்த படியினால் அவ்வூரார் அவரை ஏற்றுக்கொள்ளவில்லை.

அவருடைய சீஷராகிய யாக்கோபும் யோவானும் அதைக் கண்டபோது ஆண்டவரே, எலியா செய்ததுபோல, வானத்திலிருந்து அக்கினி இறங்கி இவர்களை அழிக்கும்படி நாங்கள் கட்டளையிட உமக்குச் சித்தமா என்று கேட்டார்கள். அவர் திரும்பிப்பார்த்து: நீங்கள் இன்ன ஆவியுள்ளவர்களென்பதை அறியீர்கள் என்று அதட்டி, மனுஷகுமாரன் மனுஷருடைய ஜீவனை அழிக்கிறதற்கு அல்ல, இரட்சிக்கிறதற்கே வந்தார் என்றார். அதன்பின்பு அவர்கள் வேறொரு கிராமத்துக்குப் போனார்கள்.

3. _____

✋ ஒரு செடி வளர்வது போன்ற செய்கை காட்டவும்.

☐ யோவான் 15:7☐ நீங்கள் என்னிலும், என் வார்த்தைகள் உங்களிலும் நிலைத்திருந்தால், நீங்கள் கேட்டுக்கொள்வதெதுவோ அது உங்களுக்குச் செய்யப்படும்.

4. _____

✋ 'ஆம்' என்பதற்கான தலையசைத்து கையை முன்நோக்கி அசைக்கவும்.

மனப்பாட வசனம்

☐லூக்கா 11:9☐ நான் உங்களுக்குச் சொல்லுகிறேன். கேளுங்கள், அப்பொழுது உங்களுக்குக் கொடுக்கப்படும்; தேடுங்கள், அப்பொழுது கண்டடைவீர்கள்; தட்டுங்கள், அப்பொழுது உங்களுக்குத் திறக்கப்படும்.

செயல்முறை பயிற்சி

"ஒவ்வொரு ஜோடியிலும், உயரத்தில் சிறியவர் அந்த ஜோடியின் தலைவர்."

முடிவு

தேவனது தொலைபேசி எண் ➨

"தேவனது தொலைபேசி எண் உங்களுக்குத் தெரியுமா? 3-3-3"

☐எரேமியா 33:3☐ என்னை நோக்கிக் கூப்பிடு, அப்பொழுது நான் உனக்கு உத்தரவு கொடுத்து, நீ அறியாததும் உனக்கு எட்டாததுமான பெரிய காரியங்களை உனக்கு அறிவிப்பேன்.

இரண்டு கைகள் - பத்து விரல்கள் ➨

5

கீழ்ப்படி

'கீழ்ப்படி' என்ற இப்பகுதி, இயேசுவை ஒரு பணியாளராக கற்பவர்களுக்கு அறிமுகம் செய்கிறது. பணியாளர்கள் மக்களுக்கு உதவி செய்கிறார்கள். அவர்களுக்குத் தாழ்மையான இதயமுண்டு. கீழ்ப்படியும் குணமுண்டு. இயேசுவும் அது போலவே பணி செய்தார். பிதாவுக்குக் கீழ்ப்படிந்திருந்தார். நாமும் இயேசுவைப் பின்பற்றி அவருக்கு ஊழியம் செய்கிறோம். எல்லா அதிகாரமும் உடையவராக அவர் நமக்கு நான்கு கட்டளைகள் கொடுத்துள்ளார். கீழ்ப்படிய, சீஷராக்க, ஞானஸ்நானம் கொடுக்க, மற்றும் அவரது கட்டளைகள் யாவற்றுக்கும் கீழ்ப்படிய கற்றுக்கொடுக்க. நாம் எப்போதும் நம்முடனே இருப்பார் என்று அவர் வாக்குக் கொடுத்துள்ளார். இயேசுவின் கட்டளைகளுக்கு நாம் உடனடியாகவும், எப்பொழுதும், முழு மன-துடனும் கீழ்ப்படியவேண்டும்.

நாம் எல்லோரும் வாழ்வில் புயல்களைச் சந்திக்கிறோம். இயேசுவின் கட்டளைகளுக்குக் கீழ்ப்படிகிற மனிதன் புத்தியாய் ஜீவிக்கிறான். புத்தியற்றவன் (கீழ்ப்பழயாதவன்) அப்படியல்ல. இறுதியாக அப்.29 வரை படத்தை ஆரம்பித்து, சீடத்துவ கருத்தரங்கின் முடிவில் தங்கள் அறுவடைக்காலத்தின் படத்தைச் சமர்ப்பிக்கிறார்கள்.

துதி

ஜெபம்

1. நமக்குத் தெரிந்த, இரட்சிக்கப்படவேண்டியவர் களுக்காக எவ்வாறு ஜெபிக்கலாம்?

30

2. நீங்கள் பயிற்சியளிக்கும் குழுவுக்காக எவ்வாறு ஜெபிக்கலாம்?

பாடம்

கோழி ஆட்டம் ☛

மறுஆய்வு

இயேசுவைப் பின்பற்ற உதவும் எட்டு வகையான படங்கள் யாவை?

பெருக்கு

உக்கிராணக்காரன் செய்யும் மூன்று காரியங்கள் என்ன?

தேவன் மனிதனுக்கு கொடுத்த முதலாம் கட்டளை என்ன?

இயேசு கடைசியாக மனிதருக்கு அளித்த கட்டளை என்ன?

நான் கனிகொடுத்து பெருகச் செய்வது எப்படி?

இஸ்ரவேல் தேசத்திலிருக்கும் இரண்டு கடல்களின் பெயர்கள் என்ன?

அவை ஏன் வித்தியாசமாக இருக்கின்றன?

நீங்கள் அவ்விரண்டில் எதைப்போன்று இருக்க விரும்புகிறீர்கள்?

அன்பு செலுத்து

மேய்ப்பன் செய்யும் மூன்று காரியங்கள் என்ன?

மற்றவர்களுக்கு கற்றுத்தரும் முக்கிய கட்டளை என்ன? அன்பு எங்கிருந்து வருகிறது?

எளிய ஆராதனை என்பது என்ன?

எளிமையான துதி நமக்கு ஏன் தேவை?

எளிமையான துதி செய்ய எத்தனைபேர் தேவை?

ஜெபி

பரிசுத்தவான் செய்யும் மூன்று காரியங்கள் யாவை?

நாம் எப்படி ஜெபிக்க வேண்டும்?

தேவன் நம் ஜெபத்திற்கு எவ்வாறு பதிலளிப்பார்?

தேவனுடைய தொலைபேசி எண் என்ன?

இயேசு எப்படிப்பட்டவர்?

□மாற்கு 10:45□ அப்படியே மனுஷகுமாரனும் ஊழயம்கொள்ளும்படி வராமல், ஊழியம் செய்யவும் அநேகரை மீட்கும் பொருளாகத் தம்முடைய ஜீவனைக் கொடுக்கவும் வந்தார் என்றார்.

____

சுத்தியால் அடிப்பதுபோல் செய்கை செய்.

ஒரு பணியாள் செய்யும் மூன்று வேலைகள் யாவை?

□பிலிப்பியர் 2: 5-8□ கிறிஸ்து இயேசுவிலிருந்த சிந்தையே உங்களிலும் இருக்கக்கடவது. அவர் தேவனுடைய ரூபமாயிருந்தும், தேவனுக்குச் சமமாயிருப்பதைக் கொள்ளையாடின பொருளாக எண்ணாமல், தம்மைத்தாமே வெறுமையாக்கி, அடிமையின் ரூபமெடுத்து மனுஷர் சாயலானார். அவர் மனுஷரூபமாய்க் காணப்பட்டு, மரண பரியந்தம், அதாவது சிலுவையில் மரண பரியந்தமும் கீழ்ப்படிந்தவராகி, தம்மைத்தாமே தாழ்த்தினார்.

1. ______________________________

2. ______________________________

3. _____

இவ்வுலகில் மிக உயர்ந்த அதிக-ாரம் உள்ளவர் யார்?

☐மத்தேயு 28:18☐ இயேசு சமீபத்தில் வந்து அவர்களை நோக்கி: வானத்திலும் பூமியிலும் சகல அதிகாரமும் எனக்குக் கொடுக்கப்பட்டிருக்கிறது.

_____

விசுவாசிகளுக்கு இயேசு கொடுத்த நான்கு கட்டளைகள் யாவை?

☐மத்தேயு 28:19-20☐ஆகையால் நீங்கள் புறப்பட்டுப்போய், சகல ஜாதிகளையும் சீஷராக்கி பிதா குமாரன் பரிசுத்த ஆவியின் நாமத்திலே அவர்களுக்கு ஞானஸ்நானம் கொடுத்து, நான் உங்களுக்குக் கட்டளையிட்ட யாவையும் அவர்கள் கைக்கொள்ளும்படி அவர்களுக்கு உபதேசம் பண்ணுங்கள்.

1. _____

✋கைவிரல்களால் நடப்பதைப்போலச் செய்யுங்கள்

2. _____

✋எளிய ஆராதனையில் 4 பிரிவுகளுக்குமான கைக் செய்கை காட்டுங்கள் - துதி, ஜெபம், பாடம் படித்தல், பயிற்சி.

3. _____

✋உங்கள் கையை மறு முழங்கையில் வைத்து மேலும் கீழும் அசைக்கவும்.

4. _____

☝படிப்பது போன்ற பாவனை செய்யவும். பின்பு புத்தகத்தை மேலும் கீழும் பக்கவாட்டிலும் அசைக்கவும் - பிறருக்குக் கற்பித்தல்.

இயேசுவுக்கு எவ்வாறு கீழ்ப்படிய வேண்டும்?

1. _____

☝உங்கள் வலது கையை இடதுபுறம் தொடங்கி வலப்புறம் வரைக்கும் அசைத்துக் காட்டவும்.

2. _____

☝கையை மேலிருந்து கீழே அசைக்கவும்

3. _____

☝கைகளை குறுக்காக மார்பின்மேல் வைக்க தம் பின்னர் துதி செலுத்தும் பாவனையாய் கரங்களை உயர்த்தவும்.

விசுவாசிகளுக்கு இயேசு வாக்களித்தது என்ன?

☐மத்தேயு 28:20☐ இதோ உலகத்தின் முடிவுபரியந்தம் சகல நாட்களிலும் நான் உங்களுடனே கூட இருக்கிறேன்.

மனப்பாட வசனம்

☐யோவான் 15:16☐ நான் என் பிதாவின் கற்பனைகளைக் கைக்கொண்டு அவருடைய அன்பிலே நிலைத்திருக்கிறதுபோல, நீங்களும் என் கற்பனைகளைக் கைக் கொண்டிருந்தால், அன்பிலே நிலைத்திருப்பீர்கள்.

செயற்பயிற்சி

"ஒவ்வொரு ஜோடியிலும், உயரத்தில் பெரியவர் அந்த ஜோடியின் தலைவர்."

முடிவு

உண்மையான அஸ்திபாரத்தின்மேல் கட்டுதல ☛

□மத்தேயு 7:24.25□ ஆகையால், நான் சொல்லிய இந்த வார்த்தைகளைக் கேட்டு, இவைகளின்படி செய்கிறவன் எவனோ, அவனைக் கன்மலையினமேல் என் வீட்டைக் கட்டின புத்தியுள்ள மனுஷனுக்கு ஒப்பிடுவேன். பெரு-மழை சொறிந்து, பெரு வெள்ளம் வந்து, காற்று அடித்து, அந்த வீட்டின் மேல் பொழிந்தாலும் அது விழவில்லை ஏனென்றால் அது கன் மலையின் மேல் அஸ்திபாரம் போடப்பட்டிருந்தது.

□மத்தேயு 7:26,27□ நான் சொல்லிய இந்த வார்த்தைகளைக் கேட்டு, இவைகளின்படி செய்யாதிருக்கிறவன் எவனோ, அவன் தன் வீட்டை மணலின் மேல் கட்டின புத்தியில்லாத மனுஷனுக்கு ஒப்பிடப்பாவான். பெருமழை சொரிந்து, பெருவெள்ளம் வந்து, காற்று அடித்து, அந்த வீட்டின் மேல் மோதினபோது அது விழுந்தது. விழுந்து முழுவதும் அழந்தது என்றார்.

அப். நடபடிகள் 29 வரைபடம் பகுதி 1 ☛

6

நட

“நட” என்ற இந்தப் பகுதி பயிற்சி பெறுவதை மகனாகிய கிறிஸ்துவுக்கு அறிமுகப்படுத்துகிறது் ஒரு மகன் அல்லது மகள் தன் தகப்பனிடத்தில் மரியாதை செலுத்துகிறான்(ள்) ் தன் குடும்பம் ஒன்றுபட்டிருக்க வேண்டுமென்று விரும்புகிறான்(ள்) ் தன் குடும்பம் வெற்றி பெற ஆசைப்படுகிறான். பிதாவாகிய தேவன் இயேசு கிறிஸ்துவை ‘நேசக்குமாரன்’ என்று அழைத்தார் இயேசுவின் ஞானஸ்நானத்தின்போது பரிசுத்த ஆவியானவர் அவர்மீது இறங்கினார். பரிசுத்த ஆவியின் வல்லமையில் இயேசு சார்ந்திருந்ததினால், தன் ஊழியத்தை வெற்றியுடன் செய்துமுடித்தார்.

அதுபோலவே, நம் வாழ்க்கையில் பரிசுத்த ஆவியின் வல்லமையை நாம் சார்ந்திருக்கவேண்டும். பரிசுத்த ஆவியைக்குறித்து நமக்கு நான்கு கட்டளைகள் உள்ளன: பரிசுத்த ஆவியில் நடவுங்கள், பரிசுத்த ஆவியைத் துக்கப்படுத்தாதிருங்கள், ஆவியில் நிறைந்திருங்கள், ஆவியை அவித்துப்போடாதிருங்கள். இயேசு கலிலேயாவின் வீதிகளிலிருந்தவர்களுக்கு உதவி செய்ததுபோல நம்முடனேயிருந்து நமக்கு உதவிசெய்ய விரும்புகிறார். இயேசுவைப் பின்பற்றுவதில் ஏதேனும் தடை நம் வாழ்க்கையில் இருக்குமேயானால், அதிலிருந்து விடுதலைபெற நாம் இயேசுவை அழைக்கவேண்டும்.

துதி

ஜெபம்

1. நமக்குத் தெரிந்த, இரட்சிக்கப்பட வேண்டியவர் களுக்காக எவ்வாறு ஜெபிக்கலாம்?

2. நீங்கள் பயிற்சியளிக்கும் குழுவுக்காக எவ்வாறு ஜெபிக்கலாம்?

பாடம்

பெட்ரோல் காலி ➤

மறு ஆய்வு

இயேசுவைப் பின்பற்ற உதவும் எட்டு வகையான படங்கள் என்ன?

பெருக்கு

உக்கிராணக்காரன் செய்யும் மூன்று காரியங்கள் என்ன?

தேவன் மனிதனுக்கு கொடுத்த முதலாம் கட்டளை என்ன?

இயேசு கடைசியாக மனிதருக்கு அளித்த கட்டளை என்ன?

நான் கனிகொடுத்து பெருகச் செய்வது எப்படி?

இஸ்ரவேல் தேசத்திலிருக்கும் இரண்டு கடல்களின் பெயர்கள் என்ன?

அவை ஏன் வித்தியாசமாக இருக்கின்றன?

நீங்கள் அவ்விரண்டில் எதைப்போன்று இருக்க விரும்புகிறீர்கள்?

அன்பு செலுத்து

மேய்ப்பன் செய்யும் மூன்று காரியங்கள் என்ன?

மற்றவர்களுக்கு கற்றுத்தரும் முக்கிய கட்டளை என்ன? அன்பு எங்கிருந்து வருகிறது?

எளிய ஆராதனை என்பது என்ன?

எளிமையான துதி நமக்கு ஏன் தேவை?

எளிமையான துதி செய்ய எத்தனைபேர் தேவை?

ஜெபி

பரிசுத்தவான் செய்யும் மூன்று காரியங்கள் யாவை?

நாம் எப்படி ஜெபிக்க வேண்டும்?

தேவன் நம் ஜெபத்திற்கு எவ்வாறு பதிலளிப்பார்?

தேவனுடைய தொலைபேசி எண் என்ன?

கீழ்ப்படி

வேலையாள் செய்யும் மூன்று காரியங்கள் என்ன?

மிக உயர்ந்த அதிகாரம் யாருக்கு உள்ளது?

ஒவ்வொரு விசுவாசிக்கும் இயேசு கொடுத்த நான்கு கட்டளைகள் யாவை?

இயேசு நமக்கு என்ன வாக்குத்தத்தம் அளித்திருக்கிறார்?

இயேசு எப்படிப்பட்டவர்?

□மத். 3:16-17□ "இயேசு ஞானஸ்நானம் பெற்று, ஜலத்திலிருந்து கரையேறினவுடனே, இதோ, வானம் அவருக்குத் திறக்கப்பட்டது் தேவ ஆவி புறாவைப்போல இறங்கி, தம்மேல் வருகிறதைக் கண்டார். அன்றியும், வானத்திலிருந்து ஒரு சத்தம் உண்டாகி, இவர் என்னுடைய நேசக்குமாரன், இவரில் பிரியமாயிருக்கிறேன் என்று உரைத்தது.

✋கையை எடுத்து சாப்பிடும் சைகையை காட்டுங்கள்.
மகன்கள் அதிகமாக சாப்பிடுவார்கள்!

ஒரு மகன் செய்யும் மூன்று காரியங்கள் என்ன?

□யோ.17:4, 18-12□ (இயேசு கூறுகிறார்) பூமியிலே நான்
உம்மை மகிமைப்படுத்தினேன் நான் செய்யும்படி நீர்
எனக்கு நியமித்த கிரியையைச் செய்து முடித்தேன்.
நீர் என்னை உலகத்தில் அனுப்பினதுபோல, நானும்
அவர்களை உலகத்தில் அனுப்புகிறேன். அவர்களும்
சத்தியத்தினாலே பரிசுத்தமாக்கப் பட்டவர்களாகும்படி,
அவர்களுக்காக நான் என்னைத்தானே பரிசுத்தமாக்குகி
றேன். நான் இவர்களுக்காக வேண்டிக் கொள்ளுகிறது
மல்லாமல், இவர்களுடைய வார்த்தையினால் என்னை
விசுவாசிக்கிறவர்களுக்காகவும் வேண்டிக் கொள்ளுகி
றேன். அவர்களெல்லாரும் ஒன்றாயிருக்கவும், பிதாவே நீர்
என்னை அனுப்பினதை உலகம் விசுவாசிக்கிறதற் காக
நீர் என்னிலேயும் நான் உம்மிலேயும் இருக்கிறதுபோல
அவர்களெல்லாரும் நம்மில் ஒன்றாயிருக்கவும்
வேண்டிக்கொள்ளுகிறேன்.

1. _____

2. _____

3. _____

இயேசுவின் ஊழியம் எதன-
ால் வெற்றியாக இருந்தது?

□லூக்கா 4:14□ (அவர் சோதிக்கப்பட்டபின்) இயேசு
ஆவியானவருடைய பலத்தினாலே கலிலேயாவுக்குத்
திரும்பிப்போனார். அவருடைய கீர்த்தி சுற்றிலும் இருக்கிற
தேசமெங்கும் பரம்பிற்று.

_____

சிலுவை மரணத்திற்கு முன்னதாக இயேசு விசுவாசிகளுக்கு பரிசுத்த ஆவியைக்குறித்து என்ன வாக்களித்தார்?

□யோவான் 14:16-18□ நான் பிதாவை வேண்டிக்கொள்ளுவேன், அப்பொழுது என்றென்றைக்கும் உங்களுடனேகூட இருக்கும்படிக்குச் சத்திய ஆவியாகிய வேறொரு தேற்றரவாளனை அவர் உங்களுக்குத் தந்தருளுவார். உலகம் அந்தச் சத்திய ஆவியானவரைக் காணாமலும், அறியாமலும் இருக்கிறபடியால் அவரை பெற்றுக்கொள்ள மாட்டாது, அவர் உங்களுடனே வாசம்பண்ணி உங்களுக்குள்ளே இருப்பதால், நீங்கள் அவரை அறிவீர்கள். நான் உங்களை திக்கற்றவர்களாக விடேன், உங்களிடத்தில் வருவேன்.

1. ______________________________
2. ______________________________
3. ______________________________
4. ______________________________

உயிர்த்தெழுந்த பின்னர் இயேசு விசுவாசிகளுக்கு பரிசுத்த ஆவியைக்குறித்து என்ன வாக்களித்தார்?

□அப்.1:8□ பரிசுத்த ஆவி உங்களிடத்தில் வரும்போது நீங்கள் பெலனடைந்து, எருசலேமிலும், யுதேயா முழுவதிலும், சமாரியாவிலும், பூமியின் கடைசி பரியந்தமும், எனக்குச் சாட்சிகளாயிருப்பீர்கள்.

____

பரிசுத்த ஆவியைக்குறித்து நாம் கீழ்ப்படிய வேண்டிய நான்கு கட்டளைகள் என்ன?

□கலா.5:16□ ஆவிக்கேற்றபடி நடந்துகொள்ளுங்கள்.

அப்பொழுது மாம்ச இச்சையை நிறைவேற்றாதிருப்பீர்கள்.

1. _____

இரு கரங்களில் விரல்களினால் நடந்து காண்பியுங்கள்.

[எபே.4:30] நீங்கள் மீட்கப்படும் நாளுக்கென்று முத்திரையாகப் பெற்ற தேவனுடைய பரிசுத்த ஆவியைத் துக்கப்படுத்தாதிருங்கள்.

2. _____

அழுவதைப்போல கண்களை கசக்கி, பின்தலையை "இல்லை" என்றவண்ணம் ஆட்டுங்கள்.

[எபே.5:18] துன்மார்க்கத்துக்கு ஏதுவான மதுபான வெறிகொள்ளாமல், ஆவியினால் நிறைந்து...

3. _____

தலைமுதல் பாதம்வரை உங்கள் கரங்களினால் ஒரு வழிந்தோடுகிறது போன்ற செய்கை செய்து காண்பியுங்கள்.

[1 தெச.5:19] ஆவியை அவித்துப்போடாதிருங்கள்.

4. _____

உங்கள் வலது கைகாட்டி விரலை ஒரு மெழுகுவர்த்திபோல பிடித்து, அதை அணைப்பதைப்போலச் செய்யுங்கள். பின், தலையைத் துலுக்கி, [இல்லை] என்று சைகை செய்யுங்கள்.

மனப்பாட வசனம்

[யோவான 7:37-38] ஒருவன் தாகமாயிருந்தால் என்னிடத்தில் வந்து பானம்பண்ணக்கடவன் என்னிடத்தில் விசுவாசமாயிருக்கிறவன் எவனோ அவன் உள்ளத்திலிருந்து

ஜீவத்தண்ணீருள்ள நதிகள் ஓடும்.

பயிற்சி

"ஒவ்வொரு ஜோடியிலும், யார் அதிக தூரத்திலிருந்து வருகிறார்களோ, அவர் அவ்விருவருக்கும் தலைவராக செயல்படுவார்."

முடிவு

இது ஒரு முக்கியமான பகுதி. நேரம் குறைவாயிருந்தால், அடுத்தப் பாடத்தின் துவக்கத்திலோ, மற்றொரு நேரத்திலோ செய்யுங்கள். பயிற்சி நாட்களில் ஒரு மாலைநேர ஆவிக்குரிய கூட்டம் இருக்குமானால், அந்தச் சமயத்திலும் இதைச் செய்யலாம்.

இயேசு இங்கே இருக்கிறார் ➤

〔எபி. 13:8〕 இயேசு கிறிஸ்து நேற்றும் இன்றும் என்றும் மாறாதவராயிருக்கிறார்.

〔மத்.15:30-31〕 அப்பொழுது சப்பாணிகள், குருடர், ஊமையர், ஊனர் முதலிய அநேகரை, திரளான ஜனங்கள் கூட்டிக்கொண்டு இயேசுவினிடத்தில் வந்து, அவர்களை அவர் பாதத்திலே வைத்தார்கள், அவர்களை அவர் சொஸ்தப்படுத்தினார். ஊமையர் பேசுகிறதையும், சப்பாணிகள் நடக்கிறதையும், குருடர் பார்க்கிறதையும் ஜனங்கள் கண்டு, ஆச்சரியப்பட்டு, இஸ்ரவேலின் தேவனை மகிமைப்படுத்தினார்கள்.

〔யோவான் 10:10〕 திருடன் திருடவும் கொல்லவும் அழிக்கவும் வருகிறானேயன்றி வேறொன்றுக்கும் வரான். நானோ அவைகளுக்கு ஜீவன் உண்டாயிருக்கவும், அது பரிபுரணப்படவும் வந்தேன்.

7

போ

இயேசுவை, தேடுகிறவராக "போ" அறிமுகப்படுத்துகிறது. தேடுகிறவர்கள் புதிய இடங்களையோ, காணாமல் போவார்களையோ, புதிய வாய்ப்புகளையோ தேடுவார்கள். இயேசு எங்கே சென்று ஊழியம் செய்யவேண்டுமென்று எப்படி தீர்மானித்தார்? அவர் அதைத் தன் சுயம-ாக தீர்மானிக்கவில்லை தேவன் எங்கே செயல்படுகிறார் என்று கூர்ந்து கவனித்தார் தேவனோடு ஒன்றுபட்டார் தேவன் தன்னை நேசிக்கிறார் என்பதால் தனக்குக் காண்பிப்பார் என்று அறிந்திருந்தார். நாம் எங்கே ஊழியம் செய்யவேண்டுமென்று எப்படி தீர்மானிக்கவேண்டும்? இயேசு செய்தது போலவேதான்.

தேவன் எங்கே செயல்படுகிறார்? அவர் ஏழைகள், கட்டுண்டவர்கள், வியாதியுள்ளோர் மற்றும் ஒடுக்கப்பட்டோர் மத்தியில் செயல்படுகிறார். தேவன் செயல்படும் மற்றொரு இடம், நம் குடும்பங்கள். நம் முழு குடும்பமும் இரட்சிக்கப்பட அவர் விரும்புகிறார். அப்.29 வரைபடத்தில், பயிற்சி பெறுபவர்கள் தேவன் செயல்படும் இடங்களையும் மக்களையும் காண்பிக்கவேண்டும்.

துதி

ஜெபம்

1. நமக்குத் தெரிந்த இரட்சிக்கப்பட வேண்டியவர்களுக்காக எவ்வாறு ஜெபிக்கலாம்?

2. நீங்கள் பயிற்சியளிக்கும் குழுவுக்காக எவ்வாறு ஜெபிக்கலாம்?

பாடம்

மறுஆய்வு

இயேசுவைப் பின்பற்ற உதவும் எட்டு வகையான படங்கள் யாவை?

இராணுவவீரர், தேடுகிறவர், மேய்ப்பர், விதைக்கிறவர், மகன், பரிசுத்தவான், பணியாள், உக்கிராணக்காரர்.

அன்பு செலுத்து

மேய்ப்பன் செய்யும் மூன்று காரியங்கள் யாவை?

மற்றவர்களுக்கு கற்றுத்தரும் முக்கிய கட்டளை என்ன?

அன்பு எங்கிருந்து வருகிறது?

எளிமையான துதி என்பது என்ன?

எளிமையான துதி நமக்கு ஏன் தேவை?

ஏளிமையான துதி டிசய்ய எத்தனைபேர் தேவை?

ஜெபி

பரிசுத்தவான் செய்யும் மூன்று காரியங்கள் யாவை?

நாம் எப்படி ஜெபிக்கவேண்டும்?

தேவன் நம் ஜெபத்திற்கு எவ்வாறு பதிலளிப்பார்?

தேவனுடைய தொலைபேசி எண் என்ன?

கீழ்ப்படி

வேலைக்காரர் செய்யும் மூன்று காரியங்கள் என்ன?

முிக உயர்ந்த அதிகாரம் யாருக்கு உள்ளது?

ஒவ்வொரு விசுவாசிக்கும் இயேசு கொடுத்த நான்கு கட்டளைகள் யாவை?

நாம் இயேசுவுக்கு எவ்வாறு கீழ்ப்படிய வேண்டும்?

ஒவ்வொரு விசுவாசிகளுக்கும் இயேசு அளித்த வாக்குத்ததத்தம் என்ன?

நட

மகன் செய்யும் மூன்று காரியங்கள் யாவை?

இயேசுவின் பணியில் அவருடைய வல்லமை எங்கிருந்து வந்தது?

சிலுவை மரணத்திற்குமுன் விசுவாசிகளுக்கு இயேசு பரிசுத்த ஆவியைக்குறித்து என்ன வாக்களித்தனர்?

உயிர்த்தெழுந்தபின் விசுவாசிகளுக்கு இயேசு பரிசுத்த ஆவியைக்குறித்து என்ன வாக்களித்தனர்?

பரிசுத்த ஆவியைக்குறித்து பின்பற்றவேண்டிய நான்கு கட்டளைகள் யாவை?

இயேசு எப்படிப்பட்டவர்?

☐ லூக்கா 19:10 ☐ இழந்துபோனதைத் தேடவும் இரட்சிக்கவுமே மனுஷகுமாரன் வந்திருக்கிறார்.

_____

✋கையை கண்களுக்கு மேல் தேடும் வண்ணம் வைத்து, முன்னும் பின்னும் பார்க்கவும்.

தேடுகிறவர் செய்யும் மூன்று காரியங்கள் என்ன?

☐மாற்கு 1:37,38☐ அவரைக் கண்டபோது : உம்மை எல்லாரும் தேடுகிறார்கள் என்று சொன்னார்கள்.

அவர்களை அவர் நோக்கி, அடுத்த ஊர்களிலும் நான் பிரசங்கம்பண்ண வேண்டுமாதலால், அவ்விடங்களுக்குப் போவாம் வாருங்கள், இதற்காகவே புறப்பட்டு வந்தேன்.

1. ____

2. ____

3. ____

எங்கே ஊழியம் செய்யவேண்டுமென்று இயேசு எவ்வாறு தீர்மானித்தார்?

□யோ 5:19,20 □ இயேசு அவர்களை நோக்கி : மெய்யாகவே மெய்யாகவே நான் உங்களுக்குச் சொல்லுகிறேன். பிதாவானவர் செய்யக் குமாரன் காண்கிறதெதுவோ, அதையேயன்றி, வேறொன்றையும் தாமாய் செய்யமாட்டார். அவர் எவைகளைச் செய்கிறாரோ, அவைகளைக் குமாரனும் அந்தப்படியே செய்கிறார். பிதாவானவர் குமாரனிடத்தில் அன்பாயிருந்து தாம் செய்கிறவைகளையெல்லாம் அவருக்குக் காண்பிக்கிறார். நீங்கள் ஆச்சரியப்படத்தக்கதாக இவைகளைப் பார்க்கிலும் பெரிதான கிரியைகளையும் அவருக்குக் காண்பிப்பார்.

1. ____

ஒரு கையை நெஞ்சில் வைத்து, "இல்லை" என்று தலையை ஆட்டுங்கள்.

2. ____

ஒரு கையை கண்களுக்கு மேல் தேடும் வண்ணம் வைத்து, இடதும் வலதுமாக பாடுங்கள்.

3. ____

✋உங்களுக்கு முன் ஒரு இடத்தைச் சுட்டிக்காட்டி, ⬜ஆம்⬜ என்று தலையை ஆட்டுங்கள்.

4. _____

✋கரங்களை துதி செய்ய உயர்த்தி, பின் மார்போடு சேர்த்து வையுங்கள்.

இந்த இடத்தில் ஊழியம் செய்வதென்று நாம் எப்படி முடிவு செய்யலாம்?

⬜1 யோ.2:5,6⬜ அவருடைய வசனத்தைக் கைக்கொள்ளுகிறவனிடத்தில் தேவ அன்பு மெய்யாகப் பூரணப்பட்டிருக்கும் நாம் அவருக்குள் இருக்கிறோமென்பதை அதினாலே அறிந்திருக்கிறோம். அவருக்குள் நிலைத்திருக்கிறேனென்று சொல்லுகிறான், அவர் நடந்தபடியே தானும் நடக்கவேண்டும்.

_____

தேவன் செயல்படுகிறார் என்று நாம் எப்படி அறியலாம்?

⬜யோ.6:44⬜ என்னை அனுப்பின பிதா ஒருவனை இழுத்துக்கொள்ளாவிட்டால் அவன் என்னிடத்தில் வரமாட்டான் கடைசி நாளில் நான் அவனை எழுப்புவேன்.

_____

இயேசு எங்கே செயல்படுகிறார்?

⬜லூ.4:18,19⬜ "கர்த்தருடைய ஆவியானவர் என்மேலிருக்கிறார் தரித்திரருக்குச் சுவிசேஷத்தைப் பிரசங்கிக்கும்படி என்னை அபிஷேகம்பண்ணினார் இருதயம் நருங்குண்டவர்களைக் குணமாக்கவும், சிறைப்பட்டவர்களுக்கு விடுதலையையும், குருடருக்குப்

பார்வையையும் பிரசித்துப்படுத்தவும், நொருங்குண்டவர்
களை விடுதலையாக்கவும், கர்த்தருடைய அநுக்கிரக
வருஷத்தைப் பிரசித்தப்படுத்தவும், என்னை அனுப்பினார்."

1. _____

2. _____

3. _____

4. _____

இயேசு செயல்படும் மற்றொரு இடம் என்ன?

பிசாசு பிடித்த மனிதன் - மாற்கு 5

கொர்நேலியு ☐ அப்.10

பிலிப்பி பட்டண சிறை அதிகாரி ☐ அப்.16

மனப்பாட வசனம்

☐யோ.12:26☐ ஒருவன் எனக்கு ஊழியஞ்
செய்கிறவனானால் என்னைப் பின்பற்றக்கடவன், நான்
எங்கே இருக்கிறேனோ அங்கே என் ஊழியக்காரனும்
இருப்பான் ஒருவன் எனக்கு ஊழியஞ்செய்தால் அவனைப்
பிதாவானவர் கனம்பண்ணுவார்.

செயற்பயிற்சி

ஒவ்வொரு ஜோடியிலும், யாருக்கு அதிகபட்சம் கூடப்பிறந்தவர்கள்
உள்ளனரோ, அவர்கள் அந்த ஜோடியின் தலைவர்.

முடிவு

அப்.29 நிலப்படம் - பாகம் 2 ➤

8

பகிர்

‘பகிர்’ என்ற இப்பகுதி, இயேசுவை ஒரு இராணுவவீர-ராக அறிமுகப்படுத்துகிறது் இராணுவ வீரர்கள் எதிராளிகளிடம் போர்செய்து, கடினமான சூழ்நிலைகளை சமாளித்து, பிடிபட்டவர்களை விடுவிப்பார்கள். இயேசு ஒரு இராணுவ வீரர் நாம் அவரைப் பின்பற்றும்போது நாமும் இராணுவ வீரர்களாவோம்.

தேவன் செயல்படும் இடத்தில் நாம் அவருடன் சேரும்போது ஆவிக்குரிய போரை எதிர்கொள்கிறோம். இயேசுவை விசுவாசிக்கிறவர்கள் எவ்வாறு சாத்தானை வெல்கிறார்கள்? இயேசுவின் சிலுவை மரணத்தினாலும், நம் அனுபவங்களை சாட்சியாக பகிர்வதாலும், நம் விசுவாசத்திற்காக மரிப்பதற்கு அஞ்சாமல் இருப்பதாலும் நாம் சாத்தானை வெல்லமுடியும்.

ஒரு வல்லமையான சாட்சியானது, நான் இயேசுவை எவ்வாறு சந்தித்தேன், இயேசுவோடு நடப்பதினால் என் வாழ்க்கையில் அவர் செய்யும் மாற்றங்கள் என்பவற்றை உள்ளடக்கியதாகும். சாட்சிகள் பயனுள்ளதாயிருக்க வேண்டுமானால், நாம் இயேசுவை சந்தித்த வருடத்தைக் குறிப்பிடாமலும் (ஏனென்றால், எத்தனை வருடங்களாக நாம் இயேசுவை அறிவோம் என்று கூறுவதில் எந்தப் பயனும் இல்லை), இயேசுவை அறியாதவர்களும் எளிதில் புரிந்துக்கொள்ளக்கூடிய வார்த்தைகளை கொண்டதாகவும் இருக்கவேண்டும்.

இந்தப் பகுதியின் முடிவில் ஒரு போட்டி நடத்தவேண்டும். இயேசுவை அறியாத, தங்களுக்கு தெரிந்த 40 பேர்களின் பெயர்களை யார் முதலில் எழுதுகிறார்கள் என்ற போட்டி. முதல், இரண்டாம், மூன்றாம் பரிசுகள் தந்தாலும், முடிவில் எல்லாருக்கும் ஒரு பரிசு இருக்கிறது் ஏனென்றால், நம் சாட்சியை பகிர நாம் கற்றுக்கொள்ளும்பொழுது நாம் அனைவரும் வெற்றிபெறுகிறோம்.

துதி

ஜெபம்

1. நமக்குத் தெரிந்த, இரட்சிக்கப்படவேண்டியவர் களுக்காக எவ்வாறு ஜெபிக்கலாம்?

2. நீங்கள் பயிற்சியளிக்கும் குழுவுக்காக எவ்வாறு ஜெபிக்கலாம்?

பாடம்

மறுஆய்வு

இயேசுவைப் பின்பற்ற உதவும் எட்டு வகையான படங்கள் யாவை?

ஜெபி

பரிசுத்தவான் செய்யும் மூன்று காரியங்கள் யாவை?

நாம் எப்படி ஜெபிக்க வேண்டும்?

தேவன் நம் ஜெபத்திற்கு எவ்வாறு பதிலளிப்பார்?

தேவனுடைய தொலைபேசி எண் என்ன?

கீழ்ப்படி

வேலைக்காரர் செய்யும் மூன்று காரியங்கள் யாவை?

முிக உயர்ந்த அதிகாரம் யாருக்கு உள்ளது?

ஒவ்வொரு விசுவாசிக்கும் இயேசு அளித்த நான்கு கட்டளைகள் யாவை?

நாம் இயேசுவுக்கு எவ்வாறு கீழ்ப்படிய வேண்டும்?

ஒவ்வொரு விசுவாசிக்கும் இயேசு அளித்த வாக்கு என்ன?

நட

ஒரு மகன் செய்யும் மூன்று காரியங்கள் யாவை?

இயேசுவின் பணியில் அவருடைய வல்லமை எங்கிருந்து வந்தது?

சிலுவை மரணத்திற்குமுன், விசுவாசிகளுக்கு இயேசு பரிசுத்த ஆவியைக்குறித்து அளித்த வாக்கு என்ன?

உயிர்த்தெழுந்த பின் விசுவாசிகளுக்கு இயேசு பரிசுத்த ஆவியைக்குறித்து அளித்த வாக்கு என்ன?

பரிசுத்த ஆவியைக் குறித்துப் பின்பற்றவேண்டிய நான்கு கட்டளைகள் யாவை?

போ

தேடுபவர் செய்யும் மூன்று காரியங்கள் யாவை?

எங்கே பணி செய்யவேண்டும் என்று இயேசு எவ்வாறு முடிவு செய்தார்.

எங்கே முடிவு செய்யவேண்டும் என்று நாம் எவ்வாறு முடிவு செய்யவேண்டும்?

தேவன் செயல்படுகிறார் என்று நாம் எவ்வாறு அறியலாம்?

இயேசு எங்கே செயல்படுகிறார்?

இயேசு செயல்படும் மற்றொரு இடம் எது?

இயேசு எப்படிப்பட்டவர்?

மத்தேயு 26:53 நான் இப்பொழுது என் பிதாவை வேண்டிக்கொண்டால் அவர் பன்னிரண்டு லேகியோனுக்கு

அதிகமான தூதரை என்னிடத்தில் அனுப்பமாட்டாரென்று நினைக்கிறாயா?

____

போர் வாளை மேலே உயர்த்து

இராணுவவீரர் செய்யும் மூன்று காரியங்கள் என்ன?

மாற்கு 1:12-15 உடனே ஆவியானவர் அவரை வனாந்திரத்திற்குப் போகும்படி ஏவினார். அவர் வனாந்திரத்திலே நாற்பதுநாள் இருந்து, சாத்தானாலே சோதிக்கப்பட்டு, அங்கே காட்டுமிருகங்களின் நடுவிலே சஞ்சரித்துக் கொண்டிருந்தார். தேவதூதர்கள் அவருக்கு ஊழியஞ்செய்தார்கள். யோவான் காவலில் வைக்கப்பட்ட பின்பு, இயேசு கலிலேயாவிலே வந்து, தேவனுடைய ராஜ்யத்தின் சுவிசேஷத்தைப் பிரசங்கித்து: காலம் நிறைவேறிற்று, தேவனுடைய ராஜ்யம் சமீபமாயிற்று மனந்திரும்பி, சுவிசேஷத்தை விசுவாசியுங்கள் என்றார்.

1. ____

2. ____

3. ____

சாத்தானை நாம் எப்படி வெற்றிடிகாள்ளலாம்?

வெளி. 12:11 மரணம் நேரிடுகிறதாயிருந்தாலும் அதற்குத் தப்பும்படி தங்கள் ஜீவனையும் பாராமல், ஆட்டுக்குட்டியின் இரத்தத்தினாலும் தங்கள் சாட்சியின் வசனத்தினாலும் அவனை ஜெபித்தார்கள்.

1. ____

✋உங்கள் நடுவிரலினால் இரண்டு உள்ளங்கைகளையும் சுட்டிக்காண்பியுங்கள். இது சிலுவை மரணத்திற்கு சைகை மொழியா-கும்.

2. _____

   ✋ஒருவரோடு சத்தமாக பேசுவதைப்போல கரங்களை வாயைச்சுற்றி கூப்பி காண்பியுங்கள்.

3. _____

   ✋கைகளை விலங்கிட்டதுபோல் காண்பியுங்கள்

வல்லமையான ஒரு சாட்சியின் சுருக்கம் என்ன?

1. _____

   ✋உங்களுக்கு முன் இடது பக்கமாக சுட்டிக்காட்டுங்கள்.

2. _____

   ✋உங்களுக்கு முன் நேராக சுட்டிக்காட்டுங்கள்.

3. _____

   ✋உங்கள் வலது பக்கம் திரும்பி, கைகளை மேலும் கீழும் அசையுங்கள்.

4. _____

   ✋உங்கள் நெற்றிப்பொட்டை சுட்டிக்காட்டுங்கள் - ஒரு கேள்வியைப்பற்றி சிந்திப்பது போல்.

பின்பற்றவேண்டிய சில முக்கிய குறிப்புகள் என்ன?

1. _____

2. ____

3. ____

மனப்பாட வசனம்

□1 கொரி. 15:3,4 □ நான் அடைந்ததும் உங்களுக்குப் பிரதானமாக ஒப்புவித்ததும் என்னவென்றால் கிறிஸ்துவானவர் வேதவாக்கியங்களின்படி நமது பாவங்களுக்காக மரித்து, அடக்கம்பண்ணப்பட்டு, வேதவாக்கியங்களின்படி மூன்றாம்நாளில் உயிர்த்தெழுந்து…"

செயற்பயிற்சி

"ஒவ்வொரு ஜோடியிலும் யார் சத்தமாக பேசுகிறார்களோ, அவர்கள் முதலாவதாக தங்கள் சாட்சியைக் கூறலாம்."

உப்பும் சர்க்கரையும ☚

முடிவு

தேவனை அறிய வேண்டிய நாற்பது பேரை யார் மிக விரைவாக பட்டியலாக்க முடியும்? ☚

9

விதை

““விதை” என்ற இந்தப் பகுதி, இயேசுவை விதைக்கிறவராக அறிமுகப்படுத்துகிறது. விதைக்கிறவர்கள் விதை விதைத்து, நிலத்தை பராமரித்து நல்ல விளைச்சல் உண்டாகும்போது மகிழ்ச்சி அடைகிறார்கள். நம்மில் வாழ்கிற இயேசு விதைக்கிறவராக இருப்பதால், அவரைப் பின்பற்றும்போது நாமும் விதைக்கிறவர்களாவோம். சிறிதளவு விதைக்கும்போது சிறிதளவு அறுக்கிறோம், பெரிதளவு விதைக்கும் போது பெரிதளவு விதைக்கிறோம்.

மக்களின் வாழ்வில் நாம் எதை விதைக்க வேண்டும்? எளிய சுவிசேஷம் மட்டுமே மக்களை மாறச்செய்து, தேவனுடைய குடும்பத்திற்குள் மீண்டும் அழைத்துவர முழயும். ஒருவர் வாழ்வில் தேவன் கிரியை செய்கிறார் என்று அறியும்போது, எளிதான சுவிசேஷத்தை நாம் அவரோடு பகிர்கிறோம். தேவனுடைய வல்லமையால் மட்டுமே அவர் இரட்சிக்கப்படுகிறார் என்று நாம் அறிவோம்.

துதி

ஜெபம்

1. நமக்குத் தெரிந்த, இரட்சிக்கப்படவேண்டியவர் களுக்காக எவ்வாறு ஜெபிக்கலாம்?

2. நீங்கள் பயிற்சியளிக்கும் குழுவுக்காக எவ்வாறு ஜெபிக்கலாம்?

பாடம்

மறுஆய்வு

இயேசுவைப் பின்பற்ற உதவும் எட்டு வகையான படங்கள் யாவை?

கீழ்ப்படி

வேலைக்காரர் செய்யும் மூன்று காரியங்கள் யாவை?

மிக உயர்ந்த அதிகாரம் யாருக்கு உள்ளது?

ஒவ்வொரு விசுவாசிக்கும் இயேசு அளித்த நான்கு கட்டளைகள் யாவை?

நாம் இயேசுவுக்கு எவ்வாறு கீழ்ப்படிய வேண்டும்?

ஒவ்வொரு விசுவாசிக்கும் இயேசு அளித்த வாக்கு என்ன?

நட

ஒரு மகன் செய்யும் மூன்று காரியங்கள் யாவை?

இயேசுவின் பணியில் அவருடைய வல்லமை எங்கிருந்து வந்தது?

சிலுவை மரணத்திற்குமுன், விசுவாசிகளுக்கு இயேசு பரிசுத்த ஆவியைக்குறித்து அளித்த வாக்கு என்ன?

உயிர்த்தெழுந்த பின் விசுவாசிகளுக்கு இயேசு பரிசுத்த ஆவியைக்குறித்து அளித்த வாக்கு என்ன?

பரிசுத்த ஆவியைக் குறித்துப் பின்பற்றவேண்டிய நான்கு கட்டளைகள் யாவை?

போ

தேடுபவர் செய்யும் மூன்று காரியங்கள் யாவை?

எங்கே பணி செய்யவேண்டும் என்று இயேசு எவ்வாறு முடிவு செய்தார்.

எங்கே முடிவு செய்யவேண்டும் என்று நாம் எவ்வாறு முடிவு செய்யவேண்டும்?

தேவன் செயல்படுகிறார் என்று நாம் எவ்வாறு அறியலாம்?

இயேசு எங்கே செயல்படுகிறார்?

இயேசு செயல்படும் மற்றொரு இடம் எது?

பகிர்

இரானுவவீரன் செய்யும் மூன்று காரியங்கள் யாவை?

சாத்தானை நாம் எப்படி வெற்றிடிகாள்ளலாம்?

வல்லமையான ஒரு சாட்சியின் சுருக்கம் என்ன?

பின்பற்றவேண்டிய சில முக்கிய குறிப்புகள் என்ன?

இயேசு எப்படிப்பட்டவர்?

□மத். 13:36,37□ அப்பொழுது இயேசு ஜனங்களை அனுப்பிவிட்டு வீட்டுக்குப் போனார். அவருடைய சீஷ ர்கள் அவரிடத்தில் வந்து: நிலத்தின் களைகளைப் பற்றிய உவமையை எங்களுக்கு வெளிப்படுத்தவேண்டுமென்று கேட்டார்கள். அவர் பிரதியுத்திரமாக; நல்ல விதைக்கிறவென் மனுஷகுமாரன்...”

☝விதை தூவுவதைப்போல சைகை செய்து காண்பியுங்கள்.

விதைக்கிறவர் செய்யும் மூன்று காரியங்கள் என்ன?

மாற்கு 4:26-29 பின்னும் அவர் அவர்களை நோக்கி: தேவனுடைய ராஜ்யமானது, ஒரு மனுஷன் நிலத்தில் விதையை விதைத்து; இரவில் தூங்கி பகலில் விழித்திருக்க, அவனுக்குத் தெரியாதவிதமாய், விதை முளைத்துப் பயிராகிறதற்கு ஒப்பாயிருக்கிறது. எப்படியென்றால், நிலமானது முன்பு முளையையும், பின்பு கதிரையும், கதிரிலெ நிறைந்த தானியத்தையும் பலனாகத் தானாய்க் கொடுக்கும். பயிர் விரைந்து அனுப்புக் காலம் வந்தவுடனே, அனுக்கிறதற்கு ஆட்களை அனுப்புகிறான் என்றார்.

1. ______________________________

2. ______________________________

3. ______________________________

எளிய சுவிசேஷம் என்றால் என்ன?

லூக்கா 24:1-7 வாரத்தின் முதலாம் நாள் அதிகாலையிலே தாங்கள் ஆயத்தம் பண்ணின கந்தவர்கங்களை அவர்கள் எடுத்துக்கொண்டு வேறு சில ஸ்திரீகளொடுங்கூடக் கல்லறையினிடத்தில் வந்தார்கள். கல்லறையை அடைத்திருந்த கல் புரட்டித் தள்ளப்பட்டிருக்கிறதைக் கண்டு, உள்ளே பிரவேசித்து, கர்த்தராகிய இயேசுவின் சரீரத்தைக் காணாமல், அதைக்குறித்து மிகுந்த கலக்கமடைந்திருக்கையில், பிரகாசமுள்ள வஸ்திரந்தரித்த இரண்டுபேர் அவர்கள் அருகே நின்றார்கள். அந்த ஸ்திரீகள் பயப்பட்டு தலை கவிழ்ந்து தரையை நோக்கி நிற்கையில், அந்த இரண்டுபேரும் அவர்களை நோக்கி: உயிரோடிருக்கிறவரை நீங்கள் மரித்தோரிடத்தில் தேடுகிறதென்ன? அவர் இங்கே இல்லை, அவர் உயிர்த்தெழுந்தார். மனுஷகுமாரன் பாவிகளான மனுஷர்கையில் ஒப்புக்கொடுக்கப்படவும், சிலுவைய-

ில் அறையப்படவும், மூன்றாம் நாளில் எழுந்திருக்கவும் வேண்டுமென்பதாக அவர் கலிலேயாவிலிருந்த காலத்தில் உங்களுக்குச் சொன்னதை நினைவு கூறுங்கள் என்றார்கள்.

முதலாவது...

1. ______________________________

☝கைகளால் உலகத்தை குறிப்பதுபோல் ஒரு பெரிய வட்டத்தை குறியுங்கள்.

2. ______________________________

☝இரு கைகளையும் பிழத்துக் காண்பியுங்கள்.

இரண்டாவது...

1. ______________________________

☝கைகளை உயர்த்தி சண்டைபோடுவதுபோல காண்பியுங்கள்.

2. ______________________________

☝கைகளை ஒன்றாக சேர்த்து, பின் தனித்தனியாகயிருந்தது□ பிரித்துக்காண்பியுங்கள்.

மூன்றாவதாக...

1. ______________________________

☝கைகளை உயர்த்தி, கீழே வருவதுபோன்ற சைகையை காண்பியுங்கள்

2. ______________________________

🖐இரு உள்ளங்கைகளிலும் மற்ற கையின் நடுவிரலால் தொட்டுக் காண்பியுங்கள்.

3. _____

🖐வலது கை முட்டியை இடது கையால் பிடித்து, உடல் அடக்கம் பண்ணப்படுவதுபோல் வலது கையை பின்னாக சாய்த்துக் காண்பியுங்கள்.

4. _____

🖐பின்னால் சாய்ந்த வலது கையை மேலே தூக்கி, அந்த கையில் மூன்று விரல்களைக் காண்பியுங்கள்.

5. _____

🖐உள்ளங்கைகளை வெளிப்புறமாகக் வைத்து, கைகளை கீழே கொண்டுவரவும். பின்பு, கரங்களை மெதுவாகத் தூக்கி, மார்போடு சேர்த்து காண்பியுங்கள்.

நான்காவது...

1. _____

🖐கைகளை மேலே உயர்த்திக் காண்பியுங்கள்.

2. _____

🖐உள்ளங்கைகளை வெளியாக வைத்தவாறு, முகத்தை மறைத்து, தலையை திருப்பிக் காண்பியுங்கள்.

3. _____

🖐கைகளை கூப்பவும்

4. _____

🖐கைகளை சேர்த்துப் பிடியுங்கள்.

மனப்பாட வசனம்

□லூக்கா 8:5□ நல்ல நிலத்தில் விதைக்கப்பட்டவர்கள் வசனத்தைக் கேட்டு, அதை உண்மையும் நன்மையுமான இருதயத்திதெ காத்தும் பொறுமையுடனே பலன்கொடுக்கிறவர்களா-யிருக்கிறார்கள்.

செயற்பயிற்சி

முடிவு

அப் 29:21 எங்கெ இருக்கிறது? ➤

அப் 29 வரைபடம் - பாகம் மூன்றுt ➤

10

எடுத்துக்கொள

'எடுத்துக்கொள்' என்ற இப்பகுதி, இந்த பயிற்சியின் கடைசி பகுதியாகும். அனுதினமும் நம் சிலுவையை எடுத்துக்கொண்டு தம்மைப் பின்பற்றும்படி இயேசு கட்டளை கொடுத்திருக்கிறார். அப். 29 வரைபடமானது, இயேசு நம் ஒவ்வொருவருக்கும் அளித்த சிலுவையின் அடையாள படமாயிருக்கிறது.

இந்த கடைசி பகுதியில், பயிற்சிபெறுவோர் தங்கள் அப். 29 வரைபடத்தை குழுவுக்கு வழங்குவார்கள். ஒவ்வொருவரும் அவ்வாறு வழங்கியபின், குழு அவர் மீதும் அவர் வரைபடம் மீதும் கைகளை வைத்து, அவர்கள் பணியில் தேவ ஆசீர்வாதத்திற்காகவும், அபிஷேகத்திற்காகவும் ஜெபிப்பார்கள். ஒவ்வொருவரிடமும் குழுவாக, "உன் சிலுவையை எடுத்துக்கொண்டு, இயேசுவை பின்பற்று"என்ற கட்டளையை மூன்று முறை அறைகூவலாக கூறுவார்கள். ஒவ்வொருவராக, பயிற்சிபெறுபவர் யாவரும் தங்கள் அப். 29 வரைபடத்தை வழங்குவார்கள். சீடர்களாக்கும் பணியில் மீண்டும் ஒப்புக்கொடுக்கும் வண்ணம் ஒரு துதி பாடலை பாடியபின், ஒரு ஆவிக்குறிய தலைவர் இந்த பயிற்சியை ஜெபித்து முடிவுசெய்வார்.

துதி

ஜெபம்

1. நமக்குத் தெரிந்த, இரட்சிக்கப்படவேண்டியவர் களுக்காக எவ்வாறு ஜெபிக்கலாம்?

2. நீங்கள் பயிற்சியளிக்கும் குழுவுக்காக எவ்வாறு ஜெபிக்கலாம்?

மறுஆய்வு

இயேசுவைப் பின்பற்ற உதவும் எட்டு வகையான படங்கள் யாவை?

பெருக்கு

ஓர் உக்கிராணக்காரன் செய்யும் முன்று காரியங்கள் எவை?

மனிதனுக்கு தேவனின் முதல் கட்டளை யாது?

யேசு மனிதனுக்குக் கொடுத்த இறுதிக் கட்டளையாது?

நான் பிதம் கனிதந்து பெருக முடியும்?

இஸ்ரேல் நாட்ழனுள்ள இரண்டு கடல்கள் யாவை?

ஏன் அவை மாறுபடுகின்றன?

நீ எதைப்போல் இருக்க விரும்புகிறாய்?

அன்புசெலுத்து

ஒரு மேய்ப்பனின் மூன்று செயல்கள் யாவை?

பிறருக்குக்கற்றுக் கொடுக்கவேண்டிய முக்கிய கட்டளை யாது?

அன்பு எங்கிருந்து தோன்றுகிறது?

எளிய ஆராதனை என்றால் என்ன?

நாம் ஏன் எளிய ஆராதனை செய்யவேண்டும்?

எளிய ஆராதனைக்கு எத்தனை பேர் வேண்டும்?

ஜெபம்

ஒரு பரிசுத்தவான் செய்யும் மூன்று செயல்கள் யாவை?

நாம் எவ்வாறு ஜெபிக்க வேண்டும்?

தேவன் எவ்வாறு பதிலளிக்கிறார்?

தேவனின் தொலைபேசி எண் என்ன?

கீழ்ப்படி

வேலைக்காரர் செய்யும் மூன்று காரியங்கள் யாவை?

முிக உயர்ந்த அதிகாரம் யாருக்கு உள்ளது?

ஒவ்வொரு விசுவாசிக்கும் இயேசு அளித்த நான்கு கட்டளைகள் யாவை?

நாம் இயேசுவுக்கு எவ்வாறு கீழ்ப்படிய வேண்டும்?

ஒவ்வொரு விசுவாசிக்கும் இயேசு அளித்த வாக்கு என்ன?

நட

ஒரு மகன் செய்யும் மூன்று காரியங்கள் யாவை?

இயேசுவின் பணியில் அவருடைய வல்லமை எங்கிருந்து வந்தது?

சிலுவை மரணத்திற்குமுன், விசுவாசிகளுக்கு இயேசு பரிசுத்த ஆவியைக்குறித்து அளித்த வாக்கு என்ன?

உயிர்த்தெழுந்த பின் விசுவாசிகளுக்கு இயேசு பரிசுத்த ஆவியைக்குறித்து அளித்த வாக்கு என்ன?

பரிசுத்த ஆவியைக் குறித்துப் பின்பற்றவேண்டிய நான்கு கட்டளைகள் யாவை?

போ

தேடுபவர் செய்யும் மூன்று காரியங்கள் யாவை?

எங்கே பணி செய்யவேண்டும் என்று இயேசு எவ்வாறு முடிவு செய்தார்.

எங்கே முடிவு செய்யவேண்டும் என்று நாம் எவ்வாறு முடிவு செய்யவேண்டும்?

தேவன் செயல்படுகிறார் என்று நாம் எவ்வாறு அறியலாம்?

இயேசு எங்கே செயல்படுகிறார்?

இயேசு செயல்படும் மற்றொரு இடம் எது?

பகிர்

இராணுவவீரன் செய்யும் மூன்று காரியங்கள் யாவை?

சாத்தானை நாம் எப்படி வெற்றிடிகாள்ளலாம்?

வல்லமையான ஒரு சாட்சியின் சுருக்கம் என்ன?

பின்பற்றவேண்டிய சில முக்கிய குறிப்புகள் என்ன?

விதை

விதைக்கிறவர் செய்யும் மூன்று காரியங்கள் என்ன?

எளிய சுவிசேஷம் என்றால் என்ன?

பாடம்

தன்னைப் பின்பற்றுகிறவர்களை இயேசு அனுதினமும் என்ன செய்ய வேண்டும் என்று கட்டளையிடுகிறார்?

□லூக்கா 9:23□ பின்பு அவர் எல்லாரையும் நோக்கி; ஒருவன் என் பின்னே வர விரும்பினால் அவன் தன்னைத்தான் வெறுத்து, தன் சிலுவையை அநுதினமும்

எடுத்துக்கொண்டு, என்னைப் பின்பற்றக்கடவன்.

நம் சிலுவையை எடுத்துக்கொள்ளும்படி அழைக்கும் நான்கு குரல்கள் யாவை?

□மாற்கு 16:15□ பின்பு, அவர் அவர்களை நோக்கி: நீங்கள் உலகமெங்கும் போய், சர்வ சிருஷ்டிக்கும் சுவிசேஷத்தைப் பிரசங்கியுங்கள்.

1. _____

✋ஆட்காட்டி விரலை மேலே வானத்திற்கு காண்பியுங்கள்.

□லூக். 16:27-28□ அப்பொழுது அவன்: அப்படியானால், தகப்பனே, எனக்கு ஐந்துபேர் சகோதரருண்டு, அவர்-களும் வேதனையுள்ள இந்த இடத்துக்கு வராதபடி, அவன் போய் அவர்களுக்குச் சாட்சியாக அறிவிக்கும்பொருட்டு, நீர் அவனை என் தகப்பன் வீட்டுக்கு அனுப்பும்படி உம்மை வேண்டிக்கொள்ளுகிறேன் என்றான்.

2. _____

✋விரலால் கீழே நிலத்தைச் சுட்டிக்காட்டுங்கள்.

□1 கொரி. 9:16□ சுவிசேஷத்தை நான் பிரசங்கித்து வந்தும், மேன்மைபாராட்ட எனக்கு இடமில்லை; அது என்மேல் விழுந்த கடமையாயிருக்கிறது; சுவிசேஷத்தை நான் பிரசங்கியாதிருந்தால், எனக்கு ஐயோ.

3. _____

✋ ஒரு விரலை இதயத்திற்கு நேராக காண்பியுங்கள்

□அப். 16:9□ அங்கே ராத்திரியிலே பவுலுக்கு ஒரு தர-ிசனம் உண்டாயிற்று; அதென்னவெனில், மக்கெதோனியா

தேசத்தான் ஒருவன் வந்துநின்று: நீர் மக்கெதோனியாவுக்கு வந்து எங்களுக்கு உதவிசெய்ய வேண்டுமென்று தன்னை வேண்டிக்கொண்டதாக இருந்தது.

4. _____

🖐குழுவுக்கு நேராக கைகளை கூப்பி, "இங்கே வாருங்கள்" என்றவாரு சைகை செய்யுங்கள்.

காட்சியளித்தல்

அப் 29 வரைபடங்கள ➤

பயிற்சியாளர்களை பயிற்றுவித்தல்

பயிற்சியாளர்களை எவ்விதம் பயிற்சியைப் பெறுகப்பண்ணுமாறு பயிற்றுவிப்பது என்பதைப்பற்றி இந்தப் பகுதி விவரிக்கிறது.

தீவிர சீடர்களைாக்குதல் முறையில் பிறருக்குப் பயிற்சியளித்த பிறகு எவ்விதமான விளைவுகளை எதிர்பார்க்கலாம் என்பது பற்றி சுருக்கமாகப் பகிர்ந்து கொள்வோம். ஆண்டவரின் இறுதிக் கட்டளையின் அடிப்படையில், ஆராதனை, ஜெபம், கற்றல் நடைமுறைப் படுத்தல் ஆகியபடிகளை உள்ளடக்கிய ஒரு பயிற்சித் திட்டத்தைக் கூற விழைகிறோம். இறுதியாக, ஆயிரக்கணக்கான பயிற்சிகளையும் பயிற்றுவித்தபோது நாங்கள் கண்டுபிடித்த சில உண்மைகளை உங்களுடன் பகிர்ந்து கொள்ள விரும்புகிறோம்.

விளைவுகள்

தீவிர சீடருக்கான பயிற்சியை முடித்தபின் பயிற்சியாளர்கள் செய்யக்கூடியவை

- கிறிஸ்துவை அடிப்படையாகக் கொண்ட பத்து அடிப்படை சீடத்துவப் பாடங்களைப் பிறருக்குக் கற்றுக்கொடுக்க
- இயேசுவைப் பின்பற்றுவோரை வருணிக்கம் எட்டு தெளிவான குணாதிசயங்களை நினைவுபடுத்த
- ஆண்டவரின் அதிமுக்கிய கட்டளையின் அடிப்படையில் ஒரு சிறிய எளிய ஆராதனைக் குழுவை நடத்த
- வல்லமையான ஒரு சாட்சிகயையும் சுவிசேஷ செய்தியையும் தன்னம்பிக்கையுடன் பகிர்ந்து கொள்ள

- அப். நடபடிகள் 29-இல் காணும் வரைபடத்தைப் பயன்படுத்தி விசுவாசிகளை பயிற்றுவிக்கவும், இழந்த ஆத்துமாக்களைத் தேடும் தரிசனம் அளிக்க

- சீடர் குழு (சில பிற்காலத்தில் சபையாக மாறும்) ஆரம்பிக்கவும் பிறரை அவ்வாறு செய்ய பயிற்சியளிக்க

செயல்முறை

ஒவ்வொரு பயிற்சி பகுதியும் ஒரே வடிவமைப்பைக் கொண்டதாயிருக்கும். அதன் ஒழுங்கு முறையும உத்தேச கால அட்டவணையும் கீழே கொடுக்கப்பட்டுள்ளன.

துதி

- 10 நிமிடங்கள்

- தேவ பிரசன்னத்திற்காகவும், அவர் ஆசீர்வாதத்திற்காகவும் யாராவது ஒருவரை ஜெபித்து ஆரம்பிக்குமாறு கேட்டுக்கொள்ளுங்கள். வேறு ஒருவர் சில கவிகளை.·. பாடல்களை நடத்தலாம். இசைக் கருவி வாசிக்கலாம், கட்டாயம் இல்லை.

ஜெபம்

- 10 நிமிடங்கள்

- பயிற்சி பெறுபவர்களை இரண்டிரண்டு பேராக பிரிக்கவும். ஒவ்வொருவரும், இதுவரை தாங்கள் கூட்டுசேராத ஒருவருடன் சேரவேண்டும்.

    1. ஒவ்வொருவரும் தங்கள் கூட்டாளியோடு, பின்வரும் கேள்விகளுக்கான பதில்களைப் பகிரவேண்டும்.

    2. நமக்குத் தெரிந்த, இரட்சிக்கப்படவேண்டியவர் களுக்காக எவ்வாறு ஜெபிக்கலாம்?

- ஒருவர், ஒரு குழுவை இன்னும் ஆரம்பிக்காதவர் என்றால் அவரது கூட்டாளி அவருடன் இணைந்து, நண்பர் மற்றும் குடும்ப உறுப்பினரைக் கொண்ட ஒரு பட்டியல் தயாரித்து, அப்பட்டியலில் உள்ளவர்களுக்காக ஜெபித்தல்

பாடம்

இயேசுவை பின்பற்றுவோம் பயிற்சி கீழ்க்கண்ட செயல்முறையை கடைப்பிடிக்க வேண்டும்: துதி, ஜெபம், (பாடம்) கற்றல், செயல்முறை பயிற்சி. இம்முறை பக்கம் 40-ல் உள்ள எளிய ஆராதனை மாதிரியை அடிப்படையாகக் கொண்டது. இதிலுள்ள 10 பாடங்களுக்கு "பாடம்" பகுதி பின்வருமாறு:

- 30 நிமிடங்கள்

- ஒவ்வொரு பகுதியும் மறு ஆய்வுடன் துவங்குகிறது. இதுவரை கற்றப் பாடங்களையும், கிறிஸ்துவின் எட்டு படங்களையும் மறு ஆய்வு செய்வதன் மூலம், பயிற்சி முடிவில் பங்கேற்போர் முழு பயிற்சியையும் ஒப்பிக்க இயலும்.

- மறு ஆய்வுக்குப்பின் அப்பகுதியின் பாடம் நடத்தப்படும். பயிற்சிபெறுபவர்கள் நன்கு கவனிக்கவும், முடிவ-ில் ஒருவருக்கொருவர் பயிற்சியளிக்கவேண்டும் என பயிற்சியளிப்பவர் வலியுறுத்தவேண்டும்.

- பயிற்சியளிப்பவர் கற்றுக்கொடுக்கும்போது கீழ்க்கண்ட வரிை-சயைப் பின்பற்ற வேண்டும்.

    1. கேள்வி கேட்டல்

    2. வேதப்பகுதியை வாசித்தல்

    3. பயிற்சிபெறுபவர்கள் கேள்விகளுக்குப் பதிலளிக்க உற்சாகப்படுத்துதல்

    இம்முறையில் பயிற்சியளித்தல், தேவ வசனத்தை மேலதிகாரம-ாக வைக்கிறது, பயிற்சியளிப்பவரை அல்ல. பல பயிற்சிகளில் பொதுவாக பயிற்சியளிபவர் கேள்விகேட்டு, பதில் கூறி,

தமது பதிலுக்கு வேதவசனத்தை ஒததுக் காட்டுவார். இது பயிற்சியளிபவரின் மேன்மையை காண்பிக்கிறது, தேவவசனதின் மேன்மையை அல்ல.

- பயிற்சிபெறுபவர்கள் பதில் தவறாக இருந்தால் திருத்த முற்படாமல் வசனத்தை மீண்டும் பிடித்து, பதிலளிக்கச் செய்யவேண்டும்.

- ஒவ்வொரு பாடமும் ஒரு மனப்பாட வசனத்துடன் முடி-வடையும். அனைவரும் எழுந்து நின்று பத்து முறை வசனத்தை ஒப்பிக்கவேண்டும். வேதபகுதியின் குறிப்பு முதலிலும் வசனம் பிறகுமாக முதல் ஆறுமுறை வேதத்தைப் பார்த்தும் பிறகு நான்கு முறை மனப்பாடமாகவும் சொல்ல வேண்டும். குழுவாக பத்துமுறை ஒப்பித்தபின் அமரலாம்.

பயிற்சி

- 30 நிமிடங்கள்

- பயிற்சிபெறுபவர்களின் ஜெபக்கூட்டாளிள் இப்போது பயிற்சிக் கூட்டாளிகளாக இருப்பார்கள்.

- இருவரில் ஒருவரைத் தலைவராகத் தெரிந்துகொண்டு, தலைவர் முதலில் கற்பிக்கவேண்டும். பயிற்சியாளர் தலைவரைத் தேர்ந்தெடுக்கும் முறையை விளக்கவேண்டும்.

- பயிற்சியாளர் பயிற்சியளித்ததை பாவித்து, முதலில் தலைவர் தன் கூட்டாளியைப் பயிற்றுவிப்பார். இப்பயிற்சியின் வடிவமைப்பு முழுவதையும் செய்ய வேண்டும் - மறு ஆய்வுடன் தொடங்கி, புதிய பாடம், மற்றும் மனப்பாட வசனத்ம் முடிய. மனப்பாட வசனத்தை ஒப்பித்தபின் பங்கேற்போர் அமரலாம்; இதன்மூலம் யார் யார் முடித்தார்கள் என பயிற்சியளிப்பவர் அறியலாம்.

- முதலாமவர் இவ்வாறு முடித்தபின் அடுத்தவர் இதேபோல் ஆரம்பிக்கவேண்டும். எந்தப்பகுதியும் விடுபடக்கூடாது.

- நீங்கள் கற்றுக்கொடுக்கிற அதேபோல செய்கிறார்களா என்று பயிற்சியளிப்பவர் அறையில் சுற்றிச் நடந்து கண்காணிக்கவேண்டும்.

கையசைவுகளை செய்யாமல் விடுவதைக் கண்டால் நீங்கள் செய்ததுபோல் செய்கின்றதில்லை என்பதற்கு அடையாளம். நீங்கள் கற்றுக்கொடுத்தது போலவே செய்யவேண்டும் என்று வலியுறுத்துங்கள்.

- ஒருமுறை தங்கள் கூட்டாளிகளோடு செய்தபின், வேறு கூட்டாளிகளோடு மீண்டும் பயிற்சிக்க வேண்டும்.

முடிவு

- 20 நிமிடங்கள்

- அநேகமாக எல்லா பகுதிகளும் கற்றுக்கொண்டவர்களை நடைமுறைப்படுத்துவதில் முடியும். அப். 29-இல் உள்ள வரைபடத்தைத் செய்ய போதிய நேரம் தரவேண்டும். அறையில் சுற்றிவந்து, மற்றவர்களின் கருத்தை அறியவும் பயிற்சிபெறுபவர்களை உற்சாகப்படுத்தவேண்டும்.

- தேவைப்பட்டால் அறிவிப்புகள் கொடுத்தபின் ஒருவரை முடிவு ஜெபம் செய்யச் சொல்லாம். இது வரை ஜெபிக்காதவரை ஜெபிக்கச் சொல்லலாம். பயிற்சி முடியும்போது ஒவ்வொருவரும் ஒரு முறையாவது இறுதி ஜெபம் செய்திருக்கவேண்டும்.

எளிய ஆராதனை

பிரதான கற்பனையின் அடிப்படையில், ஆண்டவரை முழு உள்ளத்தோடும், முழு ஆத்துமாவோடும், முழு மனதோடும், முழு பலத்தோடும் நேசிக்க எளிய ஆராதனை உதவுகிறது. எனவே இயே-சுவைப் பின்பற்றும் பயிற்சியில் இது ஒரு முக்கிய இடம் வகிக்கிறது.

ஆண்டவரை முழு உள்ளத்தோடு நேசிப்பதால் நாம் அவரைத் துதிக்கிறோம். முழு ஆத்துமாவோடு நேசிப்பதால் அவரிடம் ஜெபிக்கிறோம். முழு மனதோடு நேசிப்பதால் வேதத்தை வாசிக்கிறோம். முழு பெலத்தோடு நேசிப்பதால் கற்றவற்றைப் பயிற்சி செய்கிறோம், பகிர்ந்து கொள்கிறோம்.

தென்கிழக்கு ஆசியா முழுவதிலும் சிறு குழுக்களை ஆண்டவர் ஆசீர்வதித்திருக்கிறார். அவர்கள் எளிய ஆராதனையை எங்கு வேண்டுமானாலும் நடத்துவார்கள். வீடுகளில், உணவு விடுதிகளில், பூங்காவில் ஞாயிறு பள்ளியில்' பகோடாவிலும் கூட.

செயல்முறை

- நான்கு பேர் கொண்ட குழுக்களாகப் பிரிக்கவும்.
- எளிய ஆராதனையில் ஒவ்வொருவரும் ஒரு பங்கேற்கவேண்டும்.
- ஒவ்வொரு முறையும் தங்கள் பங்கினை மாற்றிக்கொள்ள வேண்டும். பயிற்சி முடிவில் ஒவ்வொருவரும எல்லா பஙகு-களையும் இரு முறையாவது செய்திருப்பார்கள்.

துதி

- 2 பல்லவிகளையோ, பாடலகளையோ ஒருவர் நடத்தவேண்டும்.
- இசைக்கருவிகள் அவசியமில்லை.

- ஒரு உணவு விடுதியில் அமர்வதுபோல் இருக்கைகளை சுற்றி அமைத்துக்கொள்ளவும்.

- ஒவ்வொரு குழுவும் வெவ்வேறு பாடல்களைப் பாடினால் நல்லது.

- எந்த குழு உறக்கப் பாடுகிறார்கள் என்பது முக்கியமல்ல; இருதயத்திலிருந்து தேவனை ஒன்றுசேர்ந்து துதிக்கவேண்டும் என்று விவரித்துக் கூறவும்.

ஜெபம்

- பாடல்வேளையை நடத்தியவர் தவிர வேறொருவர் ஜெபிக்கவும்.

- அவர் ஒவ்வொருவரிடமும் ஜெப விண்ணப்பம் பெற்றுகுறித்துக் கொள்ள வேண்டும்.

- இந்த விண்ணப்பங்களுக்காக அடுத்தமுறை கூடம் வரை அவர் ஜெபிக்கவும்.

- பின்னர் ஜெபத்தலைவர் குழுவுக்காக ஜெபிப்பார்.

பாடம்

- மற்றொருவர் பாடவேளையை நடத்துவார்.

- வேதத்திலிருந்து குறிப்பாக சுவிசேஷத்திலிருந்து ஒரு கதையை தம் சொந்த வார்த்தைகளில் சொல்லவேண்டும்.

- முதலில் அந்தக் கதையை வேதத்திலிருந்து வாசித்து விட்டு பின் தம் சொந்த நடையில் சொல்லலாம்.

- அதன் பின் குழுவினரை மூன்று கேள்விகள் கேட்கவேண்டும்.

  1. தேவனைப்பற்றி இக்கதை கூறுவது என்ன?

  2. மக்களைப்பற்றி கூறுவது என்ன?

3. நான் எவ்வாறு இயேசுவைப்பின்பற்ற வேண்டும் என்பது பற்றி இந்தக்கதை மூலம் நான் கற்றுக்கொள்வது என்ன?

* குழு ஒன்றாக சேர்ந்து ஒவ்வொரு கேள்வியையும் விவாதிக்கவேண்டும்.

செயற்பயிற்சி

* நால்வாரில் இன்னொருவர் குழு செயற்பயிற்சியை நடத்தவேண்டும்.

* பாடத்தைத் மறுஆய்வு செய்ய வேண்டும். அடுத்தவருக்குக் கற்றுக் கொடுக்கும் அளவுக்கு ஒவ்வொருவரும் புரிந்துகொள்ளச் செய்யவும்.

* பாடத்தலைவர் சொன்ன அதே கதையை பயிற்சித்தலைவரும் சொல்லவேண்டும்.

* பாடத்தலைவர் ஆய்ந்த அதே கேள்விகளை ஒவ்வொன்றாக பயிற்சித் தலைவர் விவாதிக்கவும்.

முடிவு

* இன்னொரு துதிப்பாடல் பாடியோ கர்த்தருடைய ஜெபத்தை சொல்லியோ ஆராதனை வேளையை முடிக்கலாம்.

மேலும் ஆய்வுக்கு

இப்புத்தகத்தில் வழங்கப்பட்டுள்ள தலைப்புகளைக் குறித்து மேலும் ஆய்வு செய்ய விரும்பினால், கீழ்கண்ட புத்தகங்களைப் புரட்டிப் பார்க்கவும். புதிய அருட்பணி இடங்களில், வேதத்துக்கு அடுத்ததாக மொழிப்பெயர்க்கப்பட வேண்டிய முக்கிய நூல்களின் பட்டியலுமாகும்.

Billheimer, Paul (1975). *Destined for the Throne.* Christian Literature Crusade.

Blackaby, Henry T. and King, Claude V (1990). *Experiencing God: Knowing and Doing the Will of God.* Lifeway Press.

Bright, Bill (1971). *How to Be Filled with the Holy Spirit.* Campus Crusade for Christ.

Carlton, R. Bruce (2003). *Acts 29: Practical Training in Facilitating Church-Planting Movements among the Neglected Harvest Fields.* Kairos Press.

Chen, John. *Training For Trainers (T4T).* Unpublished, no date.

Graham, Billy (1978). *The Holy Spirit: Activating God's Power in Your Life.* W Publishing Group.

Hodges, Herb (2001). *Tally Ho the Fox! The Foundation for Building World-Visionary, World Impacting, Reproducing Disciples.* Spiritual Life Ministries.

Hybels, Bill (1988). *Too Busy Not to Pray.* Intervarsity Press.

Murray, Andrew (2007). *With Christ in the School of Prayer.* Diggory Press.

Ogden, Greg (2003). *Transforming Discipleship: Making Disciples a Few at a Time.* InterVarsity Press.

Packer, J. I (1993). *Knowing God.* Intervarsity Press.

Patterson, George and Scoggins, Richard (1994). *Church Multiplication Guide.* William Carey Library.

Piper, John (2006). *What Jesus Demands from the World.* Crossway Books.

www.ingramcontent.com/pod-product-compliance
Lightning Source LLC
Chambersburg PA
CBHW060658030426
42337CB00017B/2686
* 9 7 8 1 9 3 8 9 2 0 3 5 6 *